Gửi tặng đến

_____

Lời cầu nguyện của tôi là khi bạn đọc cuốn sách này, những từ ngữ trên các trang của sách sẽ để lại dấu ấn không phai nhòa trong lòng bạn khi sự xức dầu của Đức Thánh Linh chuẩn bị cho bạn để Chúa chúng ta sớm trở lại.

Khi bạn tuân thủ các nguyên tắc thuộc linh được đề ra, từng chương một, tôi tin rằng bạn sẽ sẵn sàng cho Sự Cất Lên!

Mặt khác, nếu bạn không chú ý đến chỉ dẫn của nó, bạn có thể bị bỏ lại phía sau khi Chúa của chúng ta trở lại.

Vì vậy, hãy đọc kỹ Lời Chúa, biết rằng con đường thuộc linh được vạch ra sẽ dẫn bạn đến sự sống đời đời. Và, khi tất cả chúng ta đều may mắn để bỏ lại thế giới cũ này trong Sự Cất Lên, chúng ta sẽ lại đoàn kết như những thành viên trong gia đình trên Thiên đàng và được thấy vui mừng cùng nhau xung quanh ngai vàng của Chúa.

Nhờ ân điển của Chúa, tôi sẽ gặp bạn ở đó!

_____   ___/___/20___

Làm Sao Để SẴN SÀNG CHO SỰ CẤT LÊN

McDougal & Associates
Servants of Christ and Stewards of the
Mysteries of God

Làm Sao Để SẴN SÀNG CHO SỰ CẤT LÊN

BỞI

TÁC GIẢ CHARLES L. BENNETT

Xuất bản tại:

McDougal & Associates
18896 Greenwell Springs Road
Greenwell Springs, LA 70739
www.thepublishedword.com

McDougal & Associates cố gắng truyền bá Phúc Âm của Chúa Jesus Christ đến càng nhiều người càng tốt trong thời gian ngắn nhất.

ISBN 978-1-950398-66-9

Được in ở Hoa Kỳ, Vương quốc Anh và Úc
Bản phân phối trên toàn thế giới

ĐƯỢC DÀNH RIÊNG CHO

Cuốn sách này được dành tặng cho người bạn của tôi, Đức Thánh Linh, người mà tôi đã gặp cách riêng tư ở Nicaragua, Trung Mỹ. Khi tôi được bốn tuổi rưỡi, Ngài đã chiếu sáng ánh sáng siêu nhiên của Đức Chúa Trời trên tôi và truyền cho tôi sự hiểu biết về sự cứu rỗi, cùng với câu Kinh thánh Giăng 3:16, và cho tôi biết rằng sự kêu gọi của Đức Chúa Trời đang ở trên đời sống tôi để dành cho sự rao giảng.

SỰ CÔNG NHẬN

Gửi Annette, người vợ hơn năm mươi năm của tôi, chín người con của tôi, hai mươi sáu đứa cháu và một chắt của tôi.

Gửi mẹ tôi, một người phụ nữ của đức tin. Trong khi tôi lớn lên, tôi đã nghe cô ấy cầu nguyện trong Thánh Linh quá nhiều lần để đếm khi cô ấy đang quỳ bên giường.

Đối với cha tôi, người mà tôi luôn thấy học Lời trên chiếc ghế tựa của ông, đọc kinh thánh tiên tri. Anh ấy đã dạy tôi rất nhiều về các sự kiện trong thời kỳ cuối cùng, đặc biệt là Ngày của Chúa, đó là Sự nhanh chóng.

Gửi các chị gái của tôi, Dianne và Kay, và anh rể tôi, Alan, người đã giúp tôi biên tập cuốn sách này. Họ đã kết ước khi thấy cuốn sách này được xuất bản.

Đối với vô số các thừa tác viên đã truyền đạt Lời của Đức Chúa Trời cho cuộc sống của tôi.

Đối với Harold McDougal, tôi không thể kéo dự án này lại với nhau nếu không có sự giúp đỡ của bạn.

Một lời cảm ơn đặc biệt đến con trai tôi, Đa-ni-ên, người đã tài trợ cuốn sách này từ ngôi mộ thông qua phát minh sắp đặt thảm của anh ấy có tên là Seamer Down Now.

Gửi Debbie, người mà chúng tôi đã gặp ở Mexico khi con trai tôi Đa-ni-ên đến đó để điều trị. Debbie đã nhận được một phép lạ chữa khỏi căn bệnh "nan y" khi chúng tôi khích lệcô ấy học thuộc bốn câu kinh. Cô ấy đã là nguồn động viên to lớn đối với tôi khi tôi viết cuốn sách này. Cảm ơn nhé, Debbie.

LỜI TRI ÂN ĐẶC BIỆT GỬI ĐẾN

Lời tri ân đặc biệt gửi đến hai người bạn giáo sĩ đồng lao của tôi - vợ chồng Mục Sư Tiến Sĩ Paul và Ruth Ái. Cảm ơn vì đã đích thân lái xe hơn một tiếng đồng hồ để đến cầu nguyện cho con trai tôi Daniel Paul Bennett khi con tôi bệnh nặng tại bệnh viện. Và, lời cảm ơn đặc biệt vì ông bà Mục Sư Ái đã hết lòng giúp tôi để ra mắt bản tiếng Việt cũng như là nhiều thứ tiếng khác trong tương lai. Lời tri ân đặc biệt gửi đến những người phiên dịch mà không được nhắc đến tên. Không có sự góp sức của các bạn cuốn sách này không thể được viết ra hoàn chỉnh.

NỘI DUNG

Trong thời Nô-ê thể nào thì trong ngày Con Người cũng thể ấy. Người ta ăn uống, cưới gả, cho đến ngày Nô-ê vào tàu, rồi nước lụt tràn đến hủy diệt tất cả… .

Lu-ca 17:26-27

LỜI NÓI ĐẦU CỦA TÁC GIẢ

Kể từ những ký ức đầu tiên của tuổi thơ, tôi đã tò mò về "hậu trường" của mọi thứ và mọi hoàn cảnh. Những gì trên bề mặt không làm tôi tò mò. Có vẻ như Đức Chúa Trời biết mong muốn của tôi và cho phép tôi thỉnh thoảng tiếp xúc với một số nhân vật chủ chốt trong Vương quốc của Ngài.

Một lần, trong cuộc họp khi ở Hội Doanh Nhân Quốc Tế Phúc Âm Toàn Vẹn - Full Gospel Businessmen's International (FGBMFI) tại Hoa Thịnh Đốn, Mỹ vào giữa những năm 1960 (khi tôi mười lăm tuổi), tôi bước sau bức màn trong một bữa tiệc và thấy Demos Shakarian và Oral Roberts đang ngồi và trò chuyện rất căng thẳng.

Một lần khác, trong những năm tuổi hai mươi, tôi được một trong những người sáng lập của họ, Charles Leaming, mời tham gia một trong những cuộc họp kinh doanh của Công ước về Đài phát thanh Tôn giáo Quốc gia (NRB) ở D.C. Mặc dù tôi cảm thấy lạc lõng, nhưng cứ như thể Đức Thánh Linh đang nói với tôi, "Ta đang hướng dẫn/chải chuốt cho con." Tôi ít biết rằng sau này tôi sẽ tham gia vào mục vụ phát thanh, tại nhà và cả ở Trung Mỹ.

Tôi sẽ không bao giờ quên, với tư cách là một Mục sư trẻ ở

tuổi thiếu niên, tôi đã cảm thấy được dẫn dắt đi hai giờ đồng hồ để gặp Pat Robertson tại WYAH-TV. Tôi đã rất vui mừng khi anh ấy đến chỗ tôi và cho phép tôi hỏi anh ấy những điều về thánh chức. Cuộc gặp gỡ đó với Pat Robertson có thể không đáng kể đối với anh ấy, nhưng nó rất quan trọng và có sức mạnh đối với tôi. Điều đó thật ý nghĩa đối với tôi vì chỉ trong vòng vài ngày nữa, tôi sẽ thực hiện chuyến hành trình truyền giáo một mình đầu tiên đến Jamaica, Tây Ấn. Tôi càng tin tưởng hơn khi biết rằng, nếu Chúa có thể hướng dẫn tôi đến gặp Pat Robertson và sắp xếp cho cuộc gặp đó diễn ra, thì Chúa có thể sử dụng tôi và dẫn dắt tôi đi khắp mọi miền của Jamaica. Quả là một chuyến đi truyền giáo tuyệt vời đối với một thanh niên mười chín tuổi vừa hoàn thành năm thứ nhất đại học Kinh thánh tại Học viện Kinh thánh Zion ở East Providence, Rhode Island. Tôi đã thấy những phép lạ vĩ đại của Đức Chúa Trời trong bốn mươi ngày, và Đức Chúa Trời đã mở những cánh cửa và hướng dẫn những bước đi của tôi.

Sau đó trong thánh chức của mình, tôi đã được Mạng lưới Truyền thông Cơ đốc (CBN) yêu cầu sắp xếp với bạn tôi, David Wine, một nhà truyền giáo và nhà sản xuất lều trại vĩ đại, cùng nhau dựng lại chiếc lều trại hình chữ T được sử dụng tại một trong những chuyến đi xa được may mắn nhất trong khu vực Tidewater để tiếp cận Câu Lạc Bộ 700 Club "Bảy Ngày Nóng Cháy (Seven Days Ablaze)." Căn lều tròn lớn có diện tích 670 mét vuông (7,200 feet vuông) của tôi quá nhỏ để sử dụng cho sự kiện chính, nhưng nó là kích thước hoàn hảo để sử dụng cho hiệu sách của họ cho lần truyền giáo này.

Tất cả những điều này chỉ là một phần của sự hướng dẫn

của Đức Chúa Trời trong đời sống và chức vụ của tôi. Đức Chúa Trời có cách sử dụng tất cả các cuộc gặp gỡ của bạn và đưa chúng trở lại vòng xoay trọn vẹn.

Tôi có nhiều câu chuyện nữa về việc ở cùng với một số người nam vĩ đại nhất của Chúa của thế kỷ này, chẳng hạn như R.W. Schambach, người mà tôi đã mời đến thành phố Hopewell, Virginia của chúng tôi. Vài lần tôi đã có thể bay máy bay của mình đến hội nghị của anh ấy và ăn kem với anh ấy sau các cuộc họp của anh ấy. Peter Youngren, Sid Roth, Mike Perky, Giăng Bevere và Reinhard Bonnke đã đến thành phố nhỏ của chúng tôi để tham gia các cuộc lều phục hưng trên toàn khu vực mà nhà thờ của chúng tôi đã tài trợ trong khoảng thời gian tám năm. Tôi cũng được biết Jimmy Swaggert và nhiều mục sư khác, chẳng hạn như Rex Humbard, và nhiều người khác của Chúa đã đem ơn phước cho cuộc đời tôi.

Không cuộc gặp gỡ nào trong số những cuộc gặp gỡ này có thể so sánh với cuộc gặp gỡ tuyệt vời nhất mà tôi từng có trong cuộc đời và chức vụ của mình, đã xảy ra ở Nicaragua khi tôi trực tiếp gặp gỡ Đức Thánh Linh và nhận biết được Ngài thực sự là ai! Ngài đã trở thành Bạn của tôi. Sau này tôi sẽ kể cho bạn nghe về toàn bộ cuộc gặp gỡ này. Ngài thật tuyệt. Ngài rất thật! Ngài ở khắp mọi nơi cùng một lúc. Ngài cũng là Ngôi ba Đức Chúa Trời. Ngài chắc chắn là một người rất thật!

Chúa đã dẫn dắt tôi đi du lịch đến nhiều nơi trên thế giới. Ngài đã cho phép tôi đi du lịch đến hơn năm mươi quốc gia và ban phước cho tôi để hầu việc cho mọi người từ các nhóm nhỏ đến hàng ngàn người cùng một lúc! Tất cả những điều này là do ân điển của Đức Chúa Trời.

Cuộc sống của tôi trở nên rất khác thường vì cách tôi đọc Kinh thánh và vì những lần gặp gỡ và kinh nghiệm siêu nhiên mà tôi đã có với Chúa! Cuốn sách này là kết quả của cách Đức Chúa Trời phán với tôi và những điều Ngài đã cho tôi biết!

Nhiều lần, trong nhiều năm, tôi đã có những giấc mơ trong đêm và tỉnh dậy lao vào phòng làm việc để nghiên cứu những gì mình đã mơ. Tôi không hiểu điều tôi vừa mơ thấy thì có trong Lời Chúa. Mỗi lần như vậy, tôi lại xúc động khi phát hiện ra rằng điều tôi vừa mơ thực sự đúng và chính xác theo Kinh Thánh. Thật là kỳ diệu khi xác nhận rằng Đức Chúa Trời vẫn đang giao tiếp với loài người ngày hôm nay. Thật là xúc động khi Ngài cho phép tôi nhìn vào ngữ cảnh xung quanh của Lời Ngài, và những gì tôi sắp trình bày với bạn đã được khám phá theo cách tuyệt vời này.

Hãy hiểu xuất xứ nơi tôi đến. Tôi không nói rằng tôi có tất cả các câu trả lời và mọi thứ phải diễn ra chính xác như những gì tôi mô tả ở đây. Điều tôi đang nói là, dù chuyện gì xảy ra, thì bạn và tôi phải sẵn sàng khi Chúa Jesus đến. Tôi tin rằng nếu bạn đọc hết cuốn sách này, thì Đức Thánh Linh sẽ ban cho bạn những lẽ thật mà bạn có thể đọc được. Nhưng, quan trọng hơn, Ngài có thể phán vào linh của bạn những gì tôi chưa viết. Hãy nhớ rằng Lời Chúa chỉ rõ ra rằng

nếu chúng ta được Đức Thánh Linh dẫn dắt, thì chúng ta là con cái của Đức Chúa Trời. Tôi cầu nguyện rằng cuốn sách này sẽ giúp bạn nhận biết được Làm thế nào để Sẵn sàng cho Sự cất lên.

LỜI GIỚI THIỆU
LẦN ĐẦU TIÊN TÔI GẶP GỠ CHÚA

Trước tiên, hãy để tôi kể cho bạn nghe làm thế nào, khi còn là một cậu bé, tôi đã biết Chúa. Cha và mẹ tôi là những Cơ Đốc Nhân trên danh nghĩa, những người đến nhà thờ đều đặn, nhưng tại một trong những giáo phái truyền thống. Mặc dù mỗi người họ đều đã gặp gỡ Chúa khi còn trẻ và đã tiếp nhận Chúa Jesus là Chúa và là Đấng Cứu Rỗi của họ, họ đã hoàn toàn không "nóng cháy" cho Chúa vì họ không hề biết rằng họ có thể được Ngài dẫn dắt mỗi ngày. Linh của họ đã được thức tỉnh, nhưng họ đã không tiếp tục mối tương giao với Chúa.

Cha tôi bắt đầu tìm kiếm Chúa khi ông trở nên ý thức rằng việc có một người vợ tuyệt vời với bốn đứa con và sở hữu việc kinh doanh hệ thống ống nước và điều hòa không khí hai chiều đã không hoàn toàn lấp đầy phần nội tâm con người ông. Ông bắt đầu đọc Lời Chúa để lấp đầy khoảng trống trong đời sống mình. Khi đọc Kinh Thánh, một sự khao khát không ngừng nghỉ về mối tương giao với Đức Chúa Trời đến trong đời sống ông, và giống như là ông không được nhận đủ Lời Chúa! Chính trong thời gian này, Lời Chúa cũng trở nên dễ hiểu/mạch lạc đối với ông! Trong khi đang đọc, ông bằng lòng theo sách Giăng chương 3, nơi Chúa Jesus nói với Ni-cô-đem rằng ông phải được "tái sinh/sanh lại."

Khoảng bốn tháng sau khi cơn đói khát Chúa trở nên quá phổ biến/quen thuộc trong đời sống của cha tôi, một điều bất thường đã xảy ra với tôi mà đã thách thức cha mẹ tôi. Ngay trước khi tôi tròn năm tuổi, tôi đã có một cuộc gặp gỡ siêu nhiên với Chúa. Tôi có chỉ vài ký ức về cuộc đời mình trước năm tuổi, nhưng tôi có thể nhớ rằng có một luồng ánh sáng rực rỡ chiếu từ trên xuống tôi khi tôi đang chơi ngoài sân. Khi ánh sáng rực rỡ chiếu đến tôi, sự hiện diện của Đức Chúa Trời bao phủ tôi trong tình yêu của Ngài, và chính trong khoảnh khắc đó, tôi chợt nhận biết Giăng 3:16 cách trọn vẹn: *"Vì Đức Chúa Trời yêu thương thế gian đến nỗi đã ban Con Một của Ngài, hầu cho hễ ai tin Con ấy không bị hư mất mà được sự sống đời đời."*

Tôi chạy vào nhà và vô cùng phấn khích, tôi nói với mẹ: "Mẹ có muốn nghe câu gốc thuộc lòng của con không?" Câu Kinh thánh đó đã được truyền lại cho tôi cách trọn vẹn. Mẹ tôi sửng sốt, bởi bà biết rằng nhà thờ mà bà và cha tôi đang tham dự không dạy những đứa trẻ bốn và năm tuổi những

câu Kinh thánh dài, mà chỉ dạy những câu Kinh thánh rất ngắn mà lũ trẻ sẽ lặp lại sau các giáo viên, chẳng hạn như, *"Hãy cư xử với nhau cách nhân từ"* (Ê-phê-sô 4:32).

Mẹ rất sốc, nhưng không muốn làm lớn chuyện vừa xảy ra, bà giữ sự điềm tĩnh và không cho phép bản thân bà phản ứng thái quá. Bà không muốn làm tôi buồn! Cả ngày hôm đó, bà cứ suy nghĩ trong lòng về chuyện gì đã xảy ra với tôi. Sau đó, khi bố tôi đi làm về, bà kể lại chuyện tôi đã trở vào nhà khi đang chơi và kể cho cô ấy nghe về luồng sáng rực rỡ và câu gốc tôi thuộc lòng.

Niềm tin giáo lý của cha mẹ tôi vào thời điểm đó là không có đứa trẻ con nào có thể "được tái sinh" cho đến khi chúng đến độ tuổi có trách nhiệm, điều mà họ được dạy là khoảng độ tuổi mười hai hoặc mười ba! Bố tôi quyết định rằng mẹ tôi sẽ đi vào phòng ngủ, chỗ tôi đang chơi với đồ chơi của mình, và hỏi tôi liệu tôi đã được "tái sinh." Ông đứng sau lưng bà, từ hành lang nhìn vào chỗ tôi đang chơi trên sàn, lúc bà hỏi, "Charles, con được tái sinh phải không?"

Cảm giác chắc chắn rằng tôi chưa bao giờ nghe thấy cụm từ đó trước đây và tin chắc rằng ngay cả khi tôi nghe thấy cụm từ đó, tôi sẽ không thể lĩnh hội hoặc hiểu được khái niệm của cụm từ đó, cả hai đều bị sốc khi tôi nhìn lên và chỉ đơn giản nói: "Dạ phải," và tiếp tục chơi đồ chơi.

Sau đó, bố tôi buột miệng, "Làm thế nào để con biết con được tái sinh?"

Họ còn sốc hơn nữa khi tôi quay lại nhìn và trả lời, "Bởi vì Chúa Jesus đã lấy trái tim bằng đá/chai cứng của con ra và đặt vào một trái tim bằng thịt/mềm mại."

Cha tôi đã chia sẻ với tôi nhiều lần trong nhiều năm rằng ông phải mất vài tháng trước khi bắt gặp những câu trong Ê-xê-chi-ên nói rằng:

Ta sẽ ban cho họ một tấm lòng mới, phú thần mới trong họ, cất lòng bằng đá khỏi xác thịt họ và sẽ ban cho họ lòng bằng thịt. Ê-xê-chi-ên 11:19

Ta sẽ ban lòng mới cho các ngươi và đặt thần mới trong các ngươi. Ta sẽ cất lòng bằng đá khỏi xác thịt các ngươi và ban cho các ngươi lòng bằng thịt.
Ê-xê-chi-ên 36:26

Khi Đức Thánh Linh ngăn đọng cuộc đời tôi trước khi tôi năm tuổi và ban cho tôi một tấm lòng mới, cùng với một ngày sinh mới và câu gốc thuộc lòng, tôi đã "nhận biết" rằng tôi được kêu gọi để rao giảng. Kể từ khoảnh khắc đó, tôi chưa bao giờ biết một giây phút nào trong đời mình mà tôi không biết rằng Chúa đã gọi tôi, đặt tay Ngài trên tôi và Ngài luôn ở bên tôi.

Tôi đã thất bại với Chúa nhiều lần và đi lạc mất, để làm theo ý riêng của mình. Tôi đã phạm tội nhiều lần trong đời, nhưng tôi luôn biết rằng ân điển của Đức Chúa Trời ở cùng tôi. Qua nhiều năm, tôi đã học được những câu Kinh Thánh đã giúp tôi vượt qua cạm bẫy cuộc đời. Ví dụ, trong bức thư thứ hai Phao-lô gửi cho Ti-mô-thê nói rằng:

Nếu chúng ta thất tín, thì Ngài vẫn thành tín; Vì Ngài không thể tự chối bỏ mình được.   2 Ti-mô-thê 2:13

Vì Đức Chúa Trời luôn thành tín trong vấn đề về sự cứu rỗi tôi cho đến ngày nay, tôi phải tin rằng Ngài sẽ thành tín trong mọi sự, kể cả những gì Ngài đã phán về thời kỳ cuối cùng như chúng ta đã biết. Như chúng ta biết sẽ có thời gian sau rốt, Chúa Jesus sẽ tái lâm, và nhiều dấu hiệu của thời đại chúng ta chỉ ra sự kiện đó sẽ diễn ra sớm thôi. Do đó, tất cả chúng ta phải sẵn sàng cho điều đó, dầu điều đó xảy ra thế nào.

Các sự kiện của thời kỳ cuối cùng là một trong những chủ đề gây chia rẽ nhất trong Cơ Đốc giáo ngày nay. Tôi không muốn thêm vào sự tranh luận đó. Mối quan tâm duy nhất của tôi là dạy cho dân sự của Chúa đừng có tư duy đóng về Sự Cất Lên sẽ diễn ra như thế nào. Chúng ta có thể không biến mất ngay lập tức, nhưng cho dù nó xảy ra như thế nào, chúng ta cũng phải học *Làm sao để Sẵn sàng cho Sự Cất Lên.*[1]

---

1. Rải đều trong toàn bộ nội dung cuốn sách này, bạn sẽ tìm thấy những chữ BOOM! Tôi hy vọng rằng: 1). Sẽ làm cho việc đọc của bạn thú vị hơn 2). Sẽ thu hút sự chú ý của bạn đến những khái niệm có thể là mới mẻ, và do đó, sẽ hấp dẫn bạn.

CHƯƠNG 1

ĐẦU TIÊN, HỒI KẾT CỦA CUỐN SÁCH

Đây là chương cuối cùng của cuốn sách. Tôi đã đặt nó lên đầu tiên để có hiệu quả. Đó chỉ là một kịch bản về cách các sự kiện của Sự Cất Lên có thể diễn ra. Kịch bản này bao gồm sự kiện vĩ đại nhất mọi thời đại và bao gồm các khái niệm chính mà các Cơ Đốc Nhân ở khắp mọi nơi đã đề cập và tin vào, liên quan đến Sự Cất Lên của Giáo Hội.

Một người nam và vợ anh ta đang ở trong nhà của họ. Đó là một ngày bình thường, trong thời điểm mà cả thế giới đang phải chịu nhiều áp lực và thay đổi. Tình trạng hỗn loạn và bất ổn đang phổ biến trên khắp thế giới. Có những biến động khắp toàn cầu. Sinh hoạt hàng ngày gặp nhiều khó khăn vì sự thiếu hụt và túng quẫn. Các chính trị gia dường như không đủ khả năng hoà giải các quốc gia. Các cường quốc trên thế giới đã suy giảm ảnh hưởng, và các nền kinh tế trên thế giới ở trong sự rối loạn. Các cuộc giao dịch hạt nhân mới nhất giữa các quốc gia hùng mạnh nhất trên Trái đất, mặc dù bị giới hạn về phạm vi, đã làm rõ ràng rằng "hòa bình thông qua sức mạnh/thế lực" không còn tác dụng nữa. Cư dân toàn cầu và các tổ chức tin tức của thế giới dường như bị định hình vào một và chỉ một vấn đề: Ai có thể tạo ra hòa bình? Có không một ai đó có thể mang lại hòa bình cho thế giới?

Có rất nhiều lời bàn tán về một chính trị gia từ Trung Đông người dường như có một thông điệp có thể xoa dịu/dỗ dành tất cả các nhóm lãnh đạo tôn giáo, đặc biệt là người Hồi giáo và người Do Thái. Ông là một người quyền lực và lôi cuốn, và các nhà lãnh đạo tôn giáo đã tuyên bố rằng họ sẽ đặt ảnh hưởng của họ ngay sau ông để hòa bình có thể được lập một lần nữa trên Trái đất.

Bây giờ, người vợ nói:

"Khi tôi bước vào phòng nơi chồng tôi đang theo dõi tin tức, tôi đã suy ngẫm về những điều này và nghĩ đến chỉ mới Chủ nhật tuần trước, tôi nghe một bài giảng về sự cầu nguyện rằng Chúa sẽ 'đến nhanh chóng.' Trong khi đang ngẫm nghĩ về việc này, tôi nghe thấy một tiếng động rất lớn từ bên ngoài nhà tôi. Nó nghe như một tiếng còi lớn mà có thể là một hệ thống báo động mới mà thành phố đã lắp đặt để cảnh báo chúng tôi về các vấn đề xảy ra với các phân xưởng hóa chất địa phương ở phía bên kia thị trấn. Tôi nói với chồng tôi: 'Anh ơi, tiếng còi kêu inh ỏi đó là gì mà em vừa nghe thấy om xòm bên ngoài vậy?' Tôi bối rối khi anh trả lời: 'Anh không nghe thấy bất kỳ âm thanh lớn nào. Em đang nói về cái gì vậy?'

"Tôi chưa kịp trả lời chồng thì một người nam đột ngột xuất hiện trong phòng ngay trước mặt tôi. Tôi bị choáng ngợp khi biết rằng người đó là một thiên sứ. Tâm trí tôi bối rối, khi người chào tôi bằng tên của tôi. Thật ngạc nhiên, chồng tôi dường như không thể nhìn thấy người. Người xuất hiện với tôi này bắt đầu nói, 'Đừng sợ. Ta đến để đưa ngươi đến tại một nhà thờ được định cho nơi Sự Cất Lên sẽ diễn ra.'

"Lúc đó tôi mới nhớ Kinh thánh nói rằng hãy *thử các linh*; để xem chúng có phải là từ Chúa đến không. Tôi thốt lên: 'Có phải Chúa Jesus Christ đã đến thế gian bằng xương bằng thịt không?' Cùng lúc tôi đang nghe tiếng thiên sứ đáp lại, tôi nghe chồng tôi hỏi: 'Em đang nói chuyện với ai vậy, em yêu? Em có bị mất trí không? 'Có vẻ như chồng tôi đang ở phía xa xa đằng sau, nhưng tôi nghe thấy rõ thiên sứ nói,' Tất nhiên, Chúa Jesus Christ đã đến bằng xương bằng thịt. Nào, đi thôi!'

"Vào khoảnh khắc đó, tôi nhớ lại đã nghe về một mục sư trưởng phía Bờ Đông Hoa Kỳ nói về Sự Cất Lên luôn được gọi là 'Ngày của Chúa,' chứ không phải là một sự 'bốc hơi khỏi Trái đất.' Tôi cũng nhớ mục sư trưởng nói rằng Chúa Jesus đã cảnh báo chúng ta, *'Hãy nhớ lại vợ của Lót'* và rằng Sự Cất Lên có thể là bài kiểm tra lớn nhất đối với đức tin của một người. Ông nói rằng các thiên sứ đã đến và đưa gia đình Lót (bao gồm cả vợ ông) ra khỏi thành phố Sô-đôm. Tôi nhớ rằng ông cũng đã nói rằng Chúa Jesus đã phán: *'Nếu ai ở ngoài đồng, chớ trở về nhà mình.'* Mục sư cũng nói, 'Khi thiên sứ đến để đưa bạn đến nơi cho Sự Cất Lên, bạn đừng nên do dự. Bạn cũng không nên trì hoãn việc đi cùng thiên sứ bởi vì bạn muốn kiểm tra con cái mình để chắc rằng chúng được cứu. Nếu bạn trì hoãn, thiên sứ sẽ nói, 'Hãy làm theo ý muốn ngươi; ta phải đi ngay bây giờ.'

"Tôi quay sang chồng tôi và nói với anh ấy, 'Một thiên sứ đã xuất hiện trong phòng và nói với em rằng em phải đi với người ngay bây giờ đến một nhà thờ địa phương được định rõ vì Sự Cất Lên sẽ diễn ra.' Câu trả lời đầy nóng nảy của chồng tôi là , 'Anh cấm em đi với bất cứ ai em nói đã xuất hiện với em! '

"Một lần nữa, tôi nhớ lại bài giảng của mục sư mà trong đó ông nói rằng Sự Cất Lên có thể là bài kiểm tra/ thử thách lớn nhất đối với đức tin của Cơ Đốc Nhân. Ông đã nhấn mạnh Lu-ca 17, trong đó nói rằng, *'Nếu ai ở trên mái nhà, đừng xuống. Nếu ai ở ngoài đồng, chớ trở lại nhà mình. Một người sẽ được đem đi, một người bị bỏ lại.'* Ông nói," Vào ngày của Sự Cất Lên, đừng trì hoãn bằng việc cố gắng kiểm tra con cái hoặc những người thân yêu của mình. Hãy đi ngay lập tức với thiên sứ của Chúa! Đừng để điều gì ngăn trở bạn.' Ông nói về phần của sách Lu-ca 17 rằng, *'Hãy nhớ lại vợ của Lót.'*

"Khi bước qua cửa chính cùng với thiên sứ, tôi đã

thốt lên với chồng mình rằng: 'Em đã là một người vợ tốt đẹp của anh trong suốt những năm qua, nhưng lần này em phải rời đi vì em sẽ không bỏ lỡ Sự Cất Lên.' Trong một khoảnh khắc thoáng qua, tôi nghĩ rằng chồng tôi sẽ cố gắng theo tôi đến nhà thờ nơi thiên sứ đang đưa tôi đi đến.

"Khi tôi vừa bước ra khỏi hiên trước nhà của mình, một điều kỳ lạ đã xảy ra. Nó như thể cả linh và hồn tôi đang bị hoạt động quá tải. Tâm trí tôi dường như được mở khóa, và tôi có khả năng xử lý các chi tiết cách rõ ràng nhanh hơn tốc độ ánh sáng. Tôi đã được chuyển dịch, và ngay lập tức thiên sứ và tôi có mặt ở nhà thờ cách đó hơn năm dặm. Tôi bối rối vì chỉ trong tích tắc, tôi đã đi được hơn năm dặm.

"Hạ xuống từ phía bên trên nhà thờ đến cổng vào, tôi nhìn thấy có thứ như những người nằm dài trên đất như thể họ đã chết rồi. Họ không giống tôi, nhưng tôi không sợ. Tôi hoàn toàn bình an rằng tất cả đây đều là một phần của Sự Cất Lên. Trong lòng tràn đầy tự tin, nhưng vẫn bị choáng ngợp bởi khả năng mới khám phá của mình trong việc xử lý độ lớn của thông tin trong một phần triệu giây, tôi thấy chính mình ở cổng vào của nhà thờ.

"Khi bước vào bên trong nhà thờ, tôi thấy hơn một nghìn người đang ngồi ở đó. Ở phía trước của nhà thờ lớn này, tôi nhìn thấy thứ mà tôi theo bản năng biết là một thiên sứ to lớn ăn mặc như một người đàn ông. Ông đang đứng sau bục với một cuốn sách to lớn trước mặt. Tôi nhận ra cuộc trò chuyện mà thiên sứ phụ trách đang nói chuyện với một người nam ngồi sau tôi vài hàng ghế. Tôi nghe thiên sứ nói: 'Tại sao ông lại ở đây mà không mặc áo choàng công bình?' Người đàn ông không trả lời. Anh ta dường như không nói nên lời. Đoạn, vị thiên sứ phụ trách nói với những người chỉ dẫn chỗ ngồi rằng: *'Hãy trói tay chân người ấy lại, đem người ấy đi, và ném ra chỗ bóng tối bên ngoài; nơi sẽ có tiếng khóc lóc và nghiến răng.'* Bằng cách nào đó, không biết là như thế nào, tôi biết tài liệu tham khảo là từ Ma-thi-ơ 22: 1-14, là Dụ ngôn về dự tiệc cưới. Lúc đó tôi mới hiểu một số thi thể bên ngoài đến từ đâu và những người nằm đó thực sự đã chết.

"Tôi nhớ vị mục sư đã rao giảng rằng Chúa Jesus phán: *'Một người sẽ được cất đi và người kia bị bỏ lại.'* Các môn đồ hỏi Ngài trong Lu-ca 17:37, 'Thưa Chúa, điều ấy sẽ xảy ra tại đâu?' Câu trả lời của Ngài gần như chưa bao giờ được các mục sư hiểu hay giải đáp. Chúa Jêsus đáp: *'Xác chết ở nơi đâu, thì đại bàng/kên kên sẽ bâu lại nơi đó'* (Lời tôi diễn giải). Một cách siêu nhiên, tôi hoàn toàn hiểu được câu này, và tôi nhận thức rằng, trong suốt Sự Cất Lên, nhiều người sẽ nghe lỏm được những gì đang xảy ra và tìm cách đẩy chính họ vào việc không được mời mà đến. Sự đoán phạt của Đức Chúa Trời sẽ giáng xuống họ, và họ sẽ bị giết ngay tại chỗ.

"Lúc đó tôi thấy mục sư của nhà thờ đi qua cửa hông. Ông hỏi thiên sứ phụ trách, 'Chuyện gì đang xảy ra vậy?' Thiên sứ bình tĩnh, nhưng nghiêm khắc nói với mục sư rằng ông nên ngồi xuống, vì Sự Cất Lên đang diễn ra. Mục sư có vẻ hoang mang. Ông hỏi thiên sứ điều gì đã cho người quyền tiếp quản nhà thờ này? Vị thiên sứ phụ trách chỉ đơn giản thông báo với mục sư rằng vào ngày 8 tháng 5 năm 1958, các thành viên của nhà thờ, cùng với mục sư vào thời điểm đó, đã dâng tài sản và tòa nhà cho Chúa Jesus Christ. Thiên sứ giải thích rằng chính Chúa bây giờ đã cho phép nơi này là một trong nhiều những địa điểm sẽ được sử dụng làm điểm của Sự Cất Lên. Khi việc đó đã được giải quyết, thiên sứ phụ trách tiếp tục.

"Tôi ngồi đó trong sự ngạc nhiên khi thiên sứ gọi từng người ngồi trong khán phòng ra. Sau đó, tôi thấy thiên sứ chỉ vào tôi, và tôi nghe người hỏi tôi, 'Tên cô là gì?' Trong sự sợ hãi và run rẩy, tôi trả lời ông ấy và cho ông ấy biết tên của tôi. Ngay lập tức, những trang của cuốn sách trước mặt ông ấy bắt đầu lật ra, như thể được lật bởi những bàn tay vô hình. Thiên sứ nói với một giọng mạnh mẽ có thể nghe thấy khắp khán phòng. Âm thanh nó nghe như thể nó đã được khuếch đại, nhưng hệ thống xử lý âm thanh chưa được bật. Ông ấy trả lời tôi, 'Phải, tên của cô có trong sách. Hãy tiến lên phía trước, bước lên các bậc thang để tiến lên bục giảng. 'Được bao bọc trong sự hiện diện tuyệt vời của Chúa, tôi đến gần vị thiên sứ.' Khi tôi bước lên những bậc thang trên cùng lên đến bục giảng, tôi nhận thấy rằng từng tế bào trong cơ thể tôi đã bắt đầu rung động. Khi tôi lên đến đỉnh các bậc thang, thiên sứ nâng cánh tay phải của ông ấy lên, duỗi ra hoàn toàn và nói, 'Tốt lắm! Hãy bước vào trong sự hân hoan/vui mừng của Chúa! '

"Khi tôi bước đi dưới cánh tay duỗi rộng của thiên sứ, tôi chợt nhận ra rằng tôi đang đi bộ ở ngay phía bên trên toà giảng một khoảng không cách tầm 30 cm (một foot). Một ánh sáng rực rỡ tỏa ra từ cơ thể tôi. Sau đó, tôi bị sốc, cơ thể tôi bắt đầu thay đổi trong giây lát, trong một cái chớp mắt. Quần áo của tôi rơi xuống sàn bục giảng, nhưng không hề nhìn thấy sự lõa lồ của tôi. Tôi đã được mặc lấy sự vinh hiển của Đức Chúa Trời. Nó xảy ra quá nhanh đến nỗi tôi không thể hiểu hết .lp0-những gì đang diễn ra.

"Khi tôi nhìn lên, mặt sau của nhà thờ dường như được mở ra, mặc dù tôi biết nó được bao kín trong cấu trúc của tòa nhà. Đôi mắt siêu nhiên của tôi đã được mở ra, và tôi có thể nhìn xuyên tường. Ngay bên trên bức tường có một cỗ xe to lớn chở đầy những người, giống như tôi, đã được biến đổi. Họ đang hớn hở vui mừng, khóc vì sung sướng và lớn tiếng dâng lên những lời ngợi khen Chúa một cách vinh hiển và đẹp đẽ và với âm lượng mà tôi chưa từng được nghe trên Trái đất trước đây.

"Tôi bắt đầu hân hoan cùng với họ và chạy trên khoảng không xuyên qua bức tường đó rất nhanh, tôi nhận biết rằng mình đã được một thiên sứ đưa đến khu vực tập trung. Tại đó, tôi được biến đổi và đang trên đường để được cất lên Thiên đàng trong một cỗ xe lộng lẫy, giống như Ê-li.

"Khi lên cỗ xe, tôi thoáng nhìn sang bên phải và nhận thấy người chồng trên đất của tôi là một trong những người đang nằm trên mặt đất. Chắc hẳn anh ấy đã lái xe đến nhà thờ để đón tôi, nhưng ý nghĩ thoáng qua đó không thể làm chùn bước sự vui mừng của tôi. Tôi đã lên cỗ xe, và tôi sắp về ngôi nhà đích thực của mình trên Thiên đàng, ở với Chúa của tôi."

Ồ! Bạn vừa đọc chương cuối cùng của cuốn sách. Bây giờ, bạn có thể tiếp tục và đọc tất cả các sự kiện đã đưa chúng tôi đến khoảnh khắc này. Mọi thứ trong kịch bản/ phân cảnh này chính xác là những gì đã được dạy về Sự Cất Lên hơn hàng trăm năm qua. Điều khác biệt duy nhất là chuỗi sự kiện. Kèn sẽ vang lên, một người sẽ được cất lên và một người bị bỏ lại, chúng ta sẽ được tập hợp lại với nhau, chúng ta sẽ được biến đổi trong tích tắc, và chúng ta sẽ được cất lên Thiên đàng. Kịch bản này có thể không chính xác mọi thứ xảy ra như thế nào, nhưng có một điều chắc chắn: Đấng Christ sẽ đến bất ngờ, và chúng ta phải sẵn sàng — bất kể điều đó xảy ra như thế nào — để đảm bảo rằng chúng ta không bỏ lỡ nó.

Nếu chúng ta đã xác định trước tư duy về cách Sự Cất Lên sẽ diễn ra như thế nào, chúng ta có thể chống cự lại cách thực tế khi Chúa Jesus đến và bỏ lỡ sự kiện lớn nhất mọi thời đại này. Đọc cuốn sách này sẽ giúp bạn hiểu về cách Sự Cất Lên có thể diễn ra và giúp bạn biết *Làm sao để Sẵn sàng cho Sự Cất Lên!*

CHƯƠNG 2

QUAN TRỌNG NHƯ THẾ NÀO KHI CHÚNG TA TIN SỰ CẤT LÊN THEO NGHĨA ĐEN?

Khi Chúa Jesus đặt câu hỏi, "Khi Con Người đến, liệu Ngài còn thấy đức tin trên mặt đất chăng?" (Lu-ca 18:8), Ngài không hỏi điều đó theo nghĩa chung chung. Ngài đang hỏi điều này liên quan trực tiếp đến sự trở lại của Ngài. Liệu Ngài có tìm thấy đức tin liên quan đến Sự Cất Lên và sự trở lại của Ngài trong những đám mây vinh hiển không?

Vào sáng thứ sáu, ngày 22 tháng 1 năm 2021, tôi đã có một cuộc gặp gỡ siêu nhiên. Khoảng 4 giờ sáng, tôi bị cuốn theo Thánh Linh Đức Chúa Trời và đã nghe và nhìn thấy một nhóm người đang bàn luận về Sự Cất Lên của Hội Thánh. Một người trong nhóm đã nói, "Chúng ta không thực sự phải tin vào Sự Cất Lên theo nghĩa đen bởi vì nó là một học thuyết có thể có hoặc có thể không. Nó không cần thiết cho sự cứu rỗi của

35

chúng ta." Trong sự mặc khải này, tôi thấy chính mình đã nói rằng Sự Cất Lên không phải là một học thuyết hoặc có hoặc không, nhưng điều cần thiết là chúng ta phải tin vào Sự Cất Lên.

Tôi đang nói rằng tin vào Sự Cất Lên đi trực tiếp vào tiêu điểm của sự cứu rỗi của chúng ta bởi vì không tin vào Sự Cất Lên là phủ nhận chính bản chất của Phúc âm. Sự ra đời của Chúa Jesus Christ, cuộc đời Ngài trên đất, sự đóng đinh Ngài, sự chôn cất Ngài, sự phục sinh của Ngài, sự thăng thiên của Ngài và sự tái lâm của Ngài là tất cả những phần cần thiết trong sự cứu rỗi của chúng ta. Phủ nhận sự thăng thiên của Ngài là phủ nhận sự sống lại của Ngài. Phủ nhận sự thăng thiên của Ngài là phủ nhận sự trở lại của Ngài. Hai thiên sứ hiện ra với các môn đồ lúc Ngài thăng thiên đã nói với họ (và mở rộng ra là nói với chúng ta):

Đức Chúa Jêsus nầy đã được cất lên trời khỏi các ông, cũng sẽ trở lại như cách các ông đã thấy Ngài lên trời vậy.   Công vụ 1:11

BOOM!

Tôi nghe thấy chính mình nói trong khải tượng rằng không tin vào Sự Cất Lên là điều nguy hiểm vì Ngài đang đến cho những ai đang tìm kiếm Ngài và những ai yêu mến sự xuất hiện của Ngài. Đáng lẽ chúng ta phải kêu cầu cả ngày lẫn đêm, "Lạy Chúa là Đức Chúa

Jêsus, xin hãy đến!" (xin xem Khải Huyền 22:20)! Sự Cất Lên là "niềm hy vọng phước hạnh" của chúng ta (Tít 2:13), và chúng ta sẽ an ủi lẫn nhau bằng những lời về việc chúng ta bị cất đi (xin xem 1 Tê-sa-lô-ni-ca 4:13-18).

Có vẻ như trong sự mặc khải của tôi, tôi nhận thức được sự thật rằng Đức Chúa Trời cần đức tin của chúng ta để cuốn hút Thiên đàng để cho Chúa trở lại. Có lẽ chúng ta sẽ cần một số sự bắt bớ trước khi Ngài trở lại để rũ bỏ chúng ta khỏi sự tự mãn của mình. Hãy nhớ rằng đã có bốn trăm năm im lặng sau thời kỳ Ma-la-chi trước khi Đấng Christ được sinh ra là một hài nhi tại thành Bết-lê-hem. Sau Ma-la-chi, không có nhà tiên tri quan trọng nào khác cho đến Đấng Christ. Vào cuối bốn trăm năm im lặng, tình hình rất giống với ngày nay. Rất ít người Do Thái còn sống khi đó tin rằng Đấng Mê-si sẽ đến.

Ngày hôm nay chúng ta thì sao? Liệu Chúa chúng ta có tìm thấy đức tin khi Ngài đến không? Liệu Ngài có tìm thấy đức tin nơi bạn? Bạn sẽ học được *Làm sao để Sẵn sàng cho Sự Cất Lên chứ?*

CHƯƠNG 3

DNA LOÀI NGƯỜI XUYÊN SUỐT KINH THÁNH

Bạn có ơn chính mình khi đọc kỹ những câu thánh thư sau đây và để chúng mang lại đức tin cho tâm hồn bạn rằng Chúa luôn ở bên bạn. Bất kể bạn thất bại với Ngài bao nhiêu đi nữa, Ngài luôn lôi kéo bạn trở lại với chính Ngài. Ví dụ, hãy an ủi trong đoạn Kinh thánh sau đây từ Thi thiên 139, và đừng bao giờ từ bỏ việc phụng sự Người yêu chân thật duy nhất của linh hồn bạn, một Đức Chúa Trời mà trong sự khôn ngoan của Ngài đã đưa vào Kinh thánh những khái niệm mà chúng ta không thể hiểu được trong nhiều thế kỷ sau khi chúng được viết ra:

Lạy Đức Giê-hô-va, Ngài đã dò xét con, và biết rõ con.
Chúa biết khi con ngồi, lúc con đứng dậy; Từ xa Chúa biết rõ tư tưởng con.
Chúa xem xét lối con đi và chỗ con nằm nghỉ, quen biết các đường lối con.

39

Khi lời chưa ở trên lưỡi con, Lạy Đức Giê-hô-va, Ngài đã biết hết rồi.

Chúa bao phủ con phía sau và phía trước, Đặt tay Chúa trên mình con.

Sự tri thức dường ấy thật diệu kỳ quá cho con, Cao đến nỗi con không thể vươn tới được!

Con sẽ đi đâu xa Thần Chúa? Con sẽ trốn đâu khỏi sự hiện diện của Ngài?

Nếu con lên trời, Chúa ở tại đó, Nếu con nằm dưới âm phủ, kìa Chúa cũng có ở đó.

Nếu con chắp cánh hừng đông, Bay qua tận cùng biển cả,

Tại đó tay Chúa cũng sẽ dẫn dắt con, Tay phải Chúa sẽ nắm giữ con.

Nếu con nói: "Bóng tối chắc sẽ che khuất con, Và ánh sáng chung quanh con trở nên đêm tối,"

Thì bóng tối ấy cũng không thể che nổi Chúa, Ban đêm sẽ sáng như ban ngày, Và bóng tối cũng thành ánh sáng đối với Chúa.   Thi thiên 139:1-12

Hãy lưu ý năm câu tiếp theo:

Vì chính Chúa nắn nên tâm can con, Dệt thành con trong lòng mẹ con.

Con cảm tạ Chúa vì con được dựng nên một cách đáng sợ và lạ lùng. Công việc Chúa thật quá diệu kỳ, Lòng con biết rõ lắm.

Khi con được dựng nên trong nơi kín đáo, Được đan

dệt cách tinh xảo ở nơi sâu thẳm của đất, Thì các xương
cốt con không giấu được Chúa.
Mắt Chúa đã thấy thể chất vô hình của con; Số các
ngày định cho con, Đã biên vào sổ Chúa khi chưa có
một ngày nào trong các ngày ấy.
Lạy Đức Chúa Trời, các tư tưởng Chúa quý báu cho
con biết bao! Các tư tưởng ấy thật vĩ đại!

Thi thiên 139:13-17

Hãy chú ý cặn kẽ ở câu 16: *"…Số các ngày định cho*
con, Đã biên vào sổ Chúa khi chưa có một ngày nào trong
các ngày ấy." Từ ngữ được tìm thấy ở đây là nguồn cảm
hứng hoàn toàn từ Đức Chúa Trời. Về mặt khoa học,
từ ngữ này không thể hoàn hảo hơn, mặc dù kiến thức
về A-xít Deoxyribo-nucleic (DNA) của con người vẫn
chưa được khám phá hơn một nghìn năm trước. Trong
mỗi tế bào của cơ thể chúng ta đều ghi nên mọi khía
cạnh của con người vật lý chúng ta. Người ta nói rằng
trong DNA của chúng ta được viết chuỗi mã số của
sự sống! Mỗi tế bào của cơ thể bạn đều có cùng chuỗi
DNA giống nhau, nếu nối thành một đường dài, sẽ dài
khoảng 6 đến 7 mét (20 đến 22 feet). Nó giống như một
Mã Morse phức tạp, nếu đọc được trọn vẹn, sẽ cần rất
nhiều cuốn sách để chuyển tải.

Con người được tạo dựng bởi Đức Chúa Trời, được
hình thành từ bụi đất và được tạo dựng theo hình ảnh
và giống như Ngài. Con người là thành tựu đỉnh cao
trong tất cả sự sáng tạo của Đức Chúa Trời, với khả

năng sinh sản. Con người chắc chắn không chỉ là một dạng sống khác, mà là một thể sống độc nhất có thể xác, hồn và linh.

Khả năng sinh sản của con người và mệnh lệnh của Đức Chúa Trời để con người sinh sản sẽ sinh ra vô số những đứa con nhiều hơn nhiều so với các thiên sứ. Mong muốn và ý định của Đức Chúa Trời là một ngày nào đó con người sẽ đạt đến tiềm năng và khả năng của mình để chỉ huy và trị vì với Con Ngài là Chúa Jesus Christ!

Từ quan điểm khoa học, tất cả các sinh vật sống đều có chuỗi mã của sự sống, hay còn được gọi là DNA. Từ đời sống thực vật đến loài người, mọi sinh vật đều có DNA trong mỗi tế bào vật chất.

Bộ gen của loài khỉ Rê-zút (Rhesus) tiết lộ những điểm tương đồng về ADN với tinh tinh và con người. Các nhà khoa học đã giải mã bộ gen của loài khỉ Re-zút thuộc bộ linh trưởng Macaca và so sánh nó với bộ gen của con người và họ hàng gần nhất của chúng - loài tinh tinh - tiết lộ rằng ba loài linh trưởng chia sẻ khoảng 93% DNA giống nhau..

Tôi không muốn lún sâu vào nghiên cứu khoa học ở đây, nhưng tôi muốn chỉ ra rằng con người có bốn mươi sáu nhiễm sắc thể, còn khỉ Rê-zút và vượn người có bốn mươi tám. Cũng rất thú vị khi lưu ý rằng có một số loài động vật khác cũng có bốn mươi sáu nhiễm sắc thể, chẳng hạn như linh dương đen Đông Phi và loài hoẵng sơn khương (hay hoẵng Reeves). Tôi cũng nói rõ ở đây rằng số lượng nhiễm sắc thể không quyết định hình dáng của một loài động vật, nhưng sự sắp xếp của các bộ gen cụ thể trên mỗi dòng của chuỗi bậc thang DNA sẽ xác định chúng ta là người hay một loại động vật nào đó.

Vậy, điều gì khiến chúng ta nhiều hơn là những con người thể chất vật lý? Rõ ràng là, nó không chỉ có một số lượng nhiễm sắc thể nhất định. Không giống như những tạo vật khác, chúng ta được tạo dựng theo hình ảnh của Chúa. Chúng ta có một cơ thể, một hồn và một linh. Trong chương tiếp theo, chúng ta sẽ thấy cách nhân linh phân biệt con người với tất cả các khía cạnh khác của sự sáng tạo của Đức Chúa Trời. Và hãy nhớ rằng, trọng tâm của chúng ta trong tất cả những điều này là *Làm sao để Sẵn sàng cho Sự Cất Lên.*

CHƯƠNG 4

TÂM LINH CỦA CON NGƯỜI TẠO SỰ KHÁC BIỆT

Thuộc linh là một yếu tố độc nhất luôn phải được xem xét trong cuộc thảo luận này. Tôi gọi nó là "yếu tố linh." Đức Chúa Trời đã tạo ra con người theo hình ảnh và giống như Ngài. Ngài đã tạo ra con người với thể xác, hồn và linh. Điều khiến con người khác biệt với động vật chính là yếu tố linh này. Nhân linh mang lại cho con người trí thông minh có thể nhìn thấy trong sự soi sáng trong mắt của con người. Lời Chúa nói:

Mắt của con là đèn của thân thể. Khi mắt con tốt thì cả thân thể con cũng sáng, nhưng khi mắt bị hỏng thì cả thân thể con cũng tối. Vậy, hãy cẩn thận, kẻo ánh sáng trong con trở nên bóng tối. Nếu cả thân thể con đầy ánh sáng, không có phần nào tối tăm, thì nó sẽ được sáng hoàn toàn, cũng như ngọn đèn soi sáng cho con vậy. Lu-ca 11:34-36

Yếu tố linh không thể được nhìn thấy trong DNA, nhiễm sắc thể hoặc gen, nhưng cấu trúc của DNA trong da người cho phép nó cộng hưởng và phản ánh sự vinh hiển của Chúa. Không có da của bất kỳ loài động vật nào khác trên Trái đất có khả năng này. Động vật có thân xác và linh hồn, nhưng không có linh. Do đó, con người không phải là động vật!

Kinh Thánh cho biết, liên quan đến sự chết của con người:

Và tro bụi trở về đất như nguyên thủy, Còn thần linh trở về với Đức Chúa Trời là Đấng đã ban nó.

Truyền đạo 12:7

Một con người là một linh hồn sống, và chúng ta sống trong một cơ thể.

Kinh thánh nói về Chúa Jesus:

Đây là Ánh Sáng thật đã đến thế gian để soi sáng mọi người. Giăng 1:9

Khi chết, linh hồn và linh của một người đã được cứu sẽ lên Thiên đàng. Linh của chúng ta là phần trong chúng ta nhận biết Đức Chúa Trời. Nhiều mục sư đã nói: "Mỗi người đều có một lỗ hổng về Chúa trong cuộc đời của mình." Tôi đặt vấn đề với những người rao giảng rằng con người là một linh, người đó sống trong một cơ thể, và người đó có một linh hồn. Chúng ta là những linh hồn sống trong một cơ thể, và chúng ta có một linh. Linh của chúng ta là phần trong chúng ta nhận biết Đức Chúa Trời. Như được viết:

Tâm linh con người là ngọn đèn của Đức Giê-hô-va,
Dò thấu các nơi bí ẩn của lòng người!

Châm ngôn 20:27

Từ có nghĩa là cái lòng (hoặc cái bụng) trong tiếng Do Thái có thể được dịch là "những căn phòng hoặc buồng của tấm lòng." Lưu ý những gì Chúa Jesus nói trong Ma-thi-ơ 6:23:

Nhưng nếu mắt con bị hỏng thì cả thân thể con sẽ là bóng tối. Vậy, nếu ánh sáng trong con chỉ là bóng tối thì bóng tối ấy sẽ lớn là dường nào!

Và lưu ý trong Lu-ca 11:36:

Nếu cả thân thể con đầy ánh sáng, không có phần nào tối tăm, thì nó sẽ được sáng hoàn toàn, cũng như ngọn đèn soi sáng cho con vậy.

Tôi tin rằng khi A-đam và Ê-va phạm tội trong vườn Ê-đen, ánh sáng của Đức Chúa Trời bên trong họ đã bị tắt. Cho đến lúc đó, toàn bộ con người họ đã làm tỏa ra sự vinh hiển của Đức Chúa Trời. Không ai có thể nhìn thấy họ lõa lồ vì họ đang mặc lấy ánh sáng vinh hiển của Đức Chúa Trời, giống như khi Môi-se xuống núi sau khi ở trong sự hiện diện của Đức Chúa Trời. Không ai có thể nhìn vào ông vào ngày hôm đó bởi vì da của ông đang tỏa ra sự vinh hiển của Chúa - chính chiếc áo làm từ sự vinh hiển của Đức Chúa Trời mà chúng ta sẽ mặc lấy khi chúng ta được biến đổi trong một khoảnh khắc, trong một cái chớp mắt.

Khi tấm lòng con người được chuyển đổi, ánh sáng của Đức Chúa Trời được bật trở lại trong tấm lòng chúng ta, và khi chúng ta dành thời gian ở trong sự hiện diện của Ngài, diện mạo chúng ta bắt đầu sáng tỏa ra với sự vinh hiển của Ngài!

BOOM!

Khi món quà về sự nhận thức của các linh được bật lên trong lòng mình, tôi nhận thấy rằng nhiều Cơ Đốc Nhân có đôi mắt trong sáng, nhưng có những đôi mắt Cơ Đốc Nhân khác với những phần bị tối tăm. Tôi không hiểu sự khác biệt này cho đến khi Đức Thánh Linh dạy tôi những câu Kinh Thánh này. Tôi tin rằng những mục sư không hiểu hai câu Kinh Thánh này thì không hiểu rõ rằng bạn có thể là một Cơ Đốc Nhân và vẫn cần được giải cứu trong những lĩnh vực của đời sống bạn (hoặc những ngóc ngách trong lòng bạn) mà chưa được hiến dâng hoàn toàn cho sự Chủ tể của Chúa Jesus Christ.

Tôi xin nói rõ ở đây rằng nếu một người chết đi và không nhận biết Chúa Jesus, linh hồn của người đó sẽ xuống Địa ngục, nhưng phần người đó đã biết Chúa (linh của người đó) sẽ quay trở lại với Đức Chúa Trời là Đấng đã ban nó. Phần quý giá nhất của con người là phần người đó nhận biết Đức Chúa Trời.

Trước khi Sa-tan bị đuổi khỏi Thiên đàng, hắn hoàn hảo về tất cả mọi mặt ... cho đến khi sự gian ác được tìm thấy trong hắn. Được nâng lên trong sự kiêu ngạo, hắn nói, *"Ta sẽ lên trời, Ta sẽ nhấc ngai ta lên cao hơn các ngôi sao của Đức Chúa Trời, Làm cho ta giống Đấng Rất Cao"*(xin xem Ê-sai 14: 13-14). Nhưng Sa-tan không bao giờ có thể giống như Đức Chúa Trời vì hắn không được ban cho ý chí tự do và sự lựa chọn tự do. Mặc dù hắn là một sinh vật rất thông minh, nhưng Sa-tan không được tạo ra với một cơ thể, linh hồn và linh. Hắn chỉ có cơ thể và linh hồn.

Sự khác biệt quan trọng nhất là sự thật rằng Sa-tan sa ngã mà không bị cám dỗ. Khi hắn sa ngã, Đức Chúa Trời có thể tạo ra con người theo hình ảnh của Ngài giống như Ngài với tự do ý chí và tự do lựa chọn. Sa-tan là kẻ cám dỗ. Trước sự kinh khủng của Sa-tan, hắn nhìn Đức Chúa Trời cúi xuống và bắt đầu nắn nên con người từ bụi đất/đất sét theo hình ảnh của Ngài và giống như Ngài.

Tuy nhiên, khi Đức Chúa Trời yêu thương bắt đầu nâng sinh vật mới này lên và hà hơi vào miệng của tạo vật bụi đất của Ngài, và bụi đất bắt đầu biến thành da thịt, Sa-tan nhận ra rằng đây không phải là cách mà tất cả các thiên sứ đã từng được tạo dựng trong khoảng thời gian vừa qua. Có điều gì đó khác biệt về sự tạo vật mới này. Có điều gì đó đặc biệt trong cách Chúa bày tỏ sự tôn quý, tình yêu, và sự tôn trọng đối với tạo vật người mới này. Rất nhanh chóng, Sa-tan thấy rõ rằng những trách nhiệm và đặc ân được trao cho người mới này, người mà Đức Chúa Trời gọi là A-đam, (chẳng hạn như nhiệm vụ đặt tên cho tất cả các loài động vật) đã khiến anh ta trở thành tất cả những gì Sa-tan muốn trở thành nhưng không được. Con người thì giống như Chúa — thể xác, hồn và linh.

Sự nhục nhã cuối cùng với Sa-tan xảy ra vài ngày sau trên đất khi Đức Chúa Trời âu yếm đưa con người vào giấc ngủ và bắt đầu tái tạo ông tại khu vực xung quanh xương sườn và xung quanh vị trí của linh hồn ông và tạo ra cho ông một sinh vật thứ hai phù hợp. Theo cách này, Đức Chúa Trời đã tạo ra một đối tác và một người bạn đồng hành cho con người. Điều này hẳn đã khiến Sa-tan nổi cơn thịnh nộ, biết rằng tất cả các thiên sứ đều được tạo ra theo hình ảnh của nam giới, và Đức Chúa Trời chưa bao giờ tạo dựng bạn đời cho họ. Có thể dễ dàng hiểu tại sao Sa-tan ghét đơn vị gia đình. Đức Chúa Trời dành riêng một người đồng hành đặc biệt cho người nam mới này mà Ngài vô cùng yêu thương!

BOOM!

Trong tất cả những điều này, đừng quên chủ đề của chúng ta. Cuốn sách này không nhằm mục đích tạo ra một lập luận khác để chia rẽ thêm tín đồ Cơ Đốc giáo. Nó là để chỉ cho bạn *Làm thế nào để Sẵn sàng cho Sự Cất Lên.*

CHƯƠNG 5

ĐIỀU GÌ ĐÃ THẬT SỰ XẢY RA KHI LOÀI NGƯỜI SA NGÃ?

Sa-tan không mất thời gian trong việc âm mưu phá hoại mối tương giao của Đức Chúa Trời với hai tạo vật hoàn hảo mới này. Biết được sự trật tự là quan trọng như thế nào đối với Đức Chúa Trời, Sa-tan đã đặt mình vào vị trí duy nhất trên toàn Trái đất nơi A-đam và Ê-va có thể bất tuân lời Đức Chúa Trời. Hắn nằm chờ đợi tại gốc cây biết điều thiện và điều ác, với ý định phá vỡ chuỗi trách nhiệm mà Đức Chúa Trời đã thiết lập ngay từ buổi sáng thế.

Kinh Thánh Tân ước nói rằng A-đam được tạo dựng đầu tiên. Người nữ được hình thành và tạo dáng để trở thành người hoàn thiện, người bạn giúp đỡ, người nuôi dưỡng và người yêu của người nam. Cô ấy là tất cả những gì người nam cần để cảm thấy viên mãn với tư cách là người được Chúa chọn, dựng nên và tạo dáng hình phù hợp để giữ khu vườn đẹp nhất trên Trái đất. Chúa đã tạo ra nó chỉ dành cho hai người họ.

Như câu chuyện được tiết lộ, A-đam và Ê-va đến cái cây duy nhất mà họ không được phép dự phần. Đó là lúc Sa-tan nói chuyện trực tiếp với Ê-va (thay vì với A-đam). Điều đáng buồn là nó đã có tác dụng. Sa-tan, kẻ tinh vi nhất trong tất cả tạo vật của Đức Chúa Trời, đã thoát thành công khỏi chuỗi trách nhiệm do Đức Chúa Trời đặt ra và hắn đã làm điều đó chỉ bằng cách nói chuyện trực tiếp với Ê-va.

Khi đối chất với Ê-va như vậy, A-đam đã không bảo vệ bà, và bà cũng không tuân theo ý ông. Tôi không nghi ngờ gì rằng, khi bà đang nói chuyện với Sa-tan, bà đang liếc mắt qua nhìn A-đam. Bà có thể thấy rằng ông cũng quan tâm đến trái cấm không kém gì bà.

Nếu như A-đam ngừng cuộc trao đổi này, ngay cả sau khi Ê-va đã ăn trái cấm, ông có thể đã chuộc được bà lại. Nhưng khoảnh khắc cả hai cùng dự phần vào trái đó, tất cả nhân loại có ánh sáng của Đức Chúa Trời đều bị dập tắt bên trong họ. Điều này hẳn đã xảy ra trước khi họ có con. Nếu họ có con trước khi họ ăn trái cấm, thì một trong những đứa con của họ đã có thể chết vì tội lỗi này. Nếu không thì, con cái của họ đã có thể được sinh ra vô tội.

BOOM!

Đức Chúa Trời đã phán dặn, "Ngày mà ngươi ăn trái cấm, thì ngươi chắc chắn sẽ chết." Họ không chết về thể xác vào ngày hôm đó, nhưng họ đã chết về tâm linh.

Đức Chúa Trời nói rằng Sa-tan là kẻ tinh vi nhất trong tất cả những sự sáng tạo, nhưng hắn không tinh tế lắm về những gì hắn nói. Hắn gọi Chúa là kẻ nói dối theo đúng nghĩa đen. Xin đọc nó cho chính mình: Con rắn nói với người nữ:

Các người chắc chắn không chết đâu! Vì Đức Chúa Trời biết rằng khi nào các người ăn trái cây đó thì mắt mở ra, và các người sẽ giống Đức Chúa Trời, biết điều thiện và điều ác. Sáng Thế Ký 3:4-5

Ê-va ăn trái ấy và đưa cho chồng đương ở với mình, và ông cũng ăn. Sự khôn khéo không nằm trong những gì Sa-tan nói; đó là người mà hắn đã nói điều đó với. Tân Ước cho biết rằng người nữ đã bị lừa, nhưng người nam cố tình nổi loạn.

Phao-lô viết trong 1 Ti-mô-thê 2:14:

Cũng không phải A-đam bị lừa gạt, nhưng là người nữ bị lừa gạt và phạm tội.

BOOM!

Con người đã phạm tội làm phản Đức Chúa Trời. Ông ở đó ngay bên cạnh Ê-va, nhưng ông không thể làm gián đoạn cuộc trao đổi giữa bà và con rắn xảo quyệt. Bất kể, trong Sáng thế ký 3, nơi Đức Chúa Trời đổ lỗi cho Sa-tan, Ngài đã phán với hắn:

Vì mầy đã làm điều đó, ... Ta sẽ làm cho mầy và người nữ, Dòng dõi mầy và dòng dõi người nữ thù nghịch nhau. Người sẽ giày đạp đầu mầy, Còn mầy sẽ cắn gót chân người. Sáng Thế Ký 3:14-15

Đức Chúa Trời muốn nói gì về "Dòng Dõi" của người nữ? Một người nữ không có Dòng Dõi. Cô ấy chỉ có trứng. Trứng của một người phụ nữ có hai mươi ba nhiễm sắc thể, và tinh trùng của người nam có hai mươi ba nhiễm sắc thể, tạo nên bốn mươi sáu nhiễm sắc thể của loài người giữa họ. Thật là một tuyên bố bất thường mà Đức Chúa Trời đã đưa ra cho Sa-tan! Nhiều nhà thần học dường như không nhận thức được sự thật là Đức Chúa Trời đã phải đặt một quả trứng đã thụ tinh vào bên trong bà Ma-ri. Ngài tạo hình cả trứng và tinh trùng, kết hợp chúng lại với nhau và đặt chúng vào tử cung của bà.

Nếu Đức Chúa Trời đã dùng trứng của bà Ma-ri, thì Chúa Jesus hẳn đã sinh ra trong tội lỗi, giống như tất cả những đứa trẻ khác tiếp nối sau A-đam. Hai mươi ba nhiễm sắc thể trong dòng huyết Chúa Jesus có thể là từ bà Ma-ri, và huyết Chúa Jesus đã bị nhiễm tội lỗi của bà. Cảm tạ Đức Chúa Trời vì dòng huyết của Chúa Jesus là một trăm phần trăm từ Đức Chúa Trời Cha Ngài.

Đức Chúa Trời đã đặt trong lòng bà Ma-ri một quả trứng đã thụ tinh. Trứng và tinh trùng đều là từ nơi Chúa. Đây là ca thụ tinh trong ống nghiệm đầu tiên trên thế giới và nó được thực hiện khi Đức Thánh Linh che phủ bà Ma-ri. Đó là lý do tại sao Đức Chúa Trời phán về Dòng Dõi của người nữ sẽ giày đạp đầu của Sa-tan. Đó là Dòng Dõi (Chúa Jesus) mà Đức Chúa Trời đã ban cho thông qua người nữ.

Do đó, khi Đấng Christ vào thế gian, Ngài phán: "Chúa không muốn sinh tế, cũng chẳng muốn lễ vật, nhưng Chúa đã chuẩn bị một thân thể cho tôi." ... Lạy Đức Chúa Trời, nầy tôi đến (trong sách có chép về tôi). Tôi đến để làm theo ý muốn Chúa.

Hê-bơ-rơ 10:5, 7

Lắng nghe những lời của thiên sứ, khi ông thông báo cho Ma-ri rằng bà sẽ hoài thai Chúa Jesus:
Thiên sứ đáp: "Đức Thánh Linh sẽ ngự trên cô, và quyền năng của Đấng Chí Cao sẽ phủ che cô; cho nên con thánh sinh ra sẽ được gọi là Con Đức Chúa Trời." Lu-ca 1:35

Ngài đã ở đó —hoàn toàn là Chúa và cũng hoàn toàn là con người! Vì vậy, Ngôi Lời đã trở nên xác thịt và bắt đầu ở giữa chúng ta.

Chúa không đổ lỗi cho người nữ. Ngài đặt để cho người nữ những khó khăn, nhưng không đổ lỗi. Ngài chưa bao giờ nói, "Bởi vì" với người nữ. Trên người nam, Ngài đổ lỗi cho con người:

Vì con đã nghe theo lời vợ, Ăn trái cây mà Ta đã ra lệnh cấm ăn, Nên đất đai sẽ vì con mà bị rủa sả; Con phải khổ nhọc suốt đời mới có miếng ăn từ đất sinh ra. Đất sẽ sinh gai góc và cây tật lê, Và con sẽ ăn rau cỏ ngoài đồng ruộng. Con phải làm đổ mồ hôi trán mới có miếng ăn cho đến ngày con trở về đất, Là nơi

55

con từ đó mà ra. Vì con là cát bụi, con sẽ trở về với cát bụi. Sáng Thế Ký 3:17-19

Hãy lưu ý, về bản chất, Đức Chúa Trời đang nói với A-đam, "Con đã không giữ vai trò trách nhiệm của mình. Thay vào đó, con đã nghe theo lời vợ mình." Tôi có thể chiếm nhiều trang chia sẻ về vấn đề con người từ bỏ chuỗi trách nhiệm này, nhưng điều tôi đang cố gắng làm ở đây là đưa bạn đến điều mà tôi tin là sự thật quan trọng nhất trong Kinh thánh cho thời kỳ cuối cùng. Đó là một thứ mà tôi tin rằng chỉ mới được bày tỏ gần đây. Sự thật mà tôi thảo luận trong chương tiếp theo cho thấy mối đe dọa của Sa-tan chống lại DNA của loài người. Đức Chúa Trời nói với Sa-tan rằng Dòng Dõi của người nữ sẽ giày đạp đầu hắn. Chỉ ba chương sau, Sa-tan đã thực hiện một kế hoạch tiêu diệt Dòng Dõi của người nữ, và mục tiêu của hắn là phá hủy DNA của loài người. Trận chiến của các thời đại đã được khởi động.

Khi chúng ta đi sâu vào sự thật tiếp theo, hãy ghi nhớ mục đích của cuốn sách này, đó là chỉ cho những người nam và nữ ở khắp mọi nơi *Làm sao để Sẵn sàng cho Sự Cất Lên.*

CHƯƠNG 6

TRẬN CHIẾN CỦA CÁC THỜI ĐẠI
SỰ BẢO VỆ DNA CỦA LOÀI NGƯỜI

Sa-tan ngay lập tức bắt tay vào việc tác động đến các thiên sứ sa ngã của hắn để kết hôn với những người nữ trên Đất. Hãy để ý xem DNA của loài người đã bị nhiễm độc nhanh như thế nào:

Loài người bắt đầu gia tăng trên mặt đất và sinh ra nhiều con gái. Các con trai của Đức Chúa Trời thấy con gái loài người xinh đẹp thì cưới những người nào họ chọn để làm vợ. Đức Giê-hô-va phán: "Thần Ta sẽ không ngự trị mãi trong loài người vì họ chỉ là xác phàm, đời người sẽ chỉ còn một trăm hai mươi năm mà thôi."

Vào thời bấy giờ và sau đó có những người khổng lồ xuất hiện trên mặt đất, vì con trai Đức Chúa Trời ăn ở với con gái loài người rồi sinh con cái. Đó là những anh hùng thuở xưa, là những người danh tiếng.

Đức Giê-hô-va thấy sự gian ác của loài người lan tràn trên mặt đất và chúng chỉ luôn toan tính những mưu đồ xấu xa, thì Ngài lấy làm tiếc vì đã tạo dựng loài người trên mặt đất, và đau buồn trong lòng. Đức Giê-hô-va phán: "Ta sẽ xóa sạch khỏi mặt đất loài người mà Ta đã tạo dựng, từ loài người cho đến loài súc vật, loài bò sát, loài chim trời, vì Ta lấy làm tiếc đã dựng nên chúng." Nhưng Nô-ê được ơn trước mặt Đức Giê-hô-va.

Đây là dòng dõi của Nô-ê. Trong thế hệ mình, Nô-ê là một người công chính và trọn vẹn; ông cùng đi với Đức Chúa Trời.   Sáng Thế Ký 6:1-9

Điều gì đã có thể xảy ra cho nhân loại rằng: *"Đức Giê-hô-va thấy sự gian ác của loài người lan tràn trên mặt đất và **chúng chỉ luôn toan tính những mưu đồ xấu xa**"* (câu 5)? Sa-tan đã tính ra rằng nếu hắn không muốn Dòng Dõi của người nữ bầm dập đầu mình, thì hắn sẽ phải làm cho Dòng Dõi của người nữ bị vấy bẩn. Sự thật khi Đức Chúa Trời phán về con người: *"chúng chỉ luôn toan tính những mưu đồ xấu xa"* là dấu hiệu cho thấy DNA của con người bằng cách nào đó đã bị thay đổi!

Nếu tôi sắp xếp hàng nghìn người ở bất kỳ đâu trên hành tinh Trái đất ngày nay, chắc chắn sẽ có không quá năm đến mười phần trăm trong số họ hoàn toàn trong mọi suyq tưởng là xấu xa. Hầu hết con người trên hành tinh này không hoàn toàn luôn bị thúc đẩy bởi cái ác. Chắc hẳn điều gì đó đã xảy ra khiến toàn bộ Trái đất rơi vào trạng thái sa đọa đến nỗi cả nhân loại phải bị tuyệt diệt. Đây là một sự chiếm giữ siêu nhiên DNA của con người bởi Sa-tan!

Hãy lưu ý lại câu 8, nơi Kinh thánh ghi lại: *"Nhưng Nô-ê được ơn trước mặt Đức Giê-hô-va."* Tại sao Nô-ê tìm thấy ân điển trong mắt Chúa? Bởi vì ông *"Trong thế hệ mình, Nô-ê là một người công chính và trọn vẹn"* (câu 9). Nhưng điều đó có nghĩa gì? Không ai có thể *hoàn hảo* trong tất cả các thế hệ. Nó không có ý nghĩa. Nó không hợp lý. Có thể một người nam có thể hoàn hảo trong một thế hệ, nhưng không thể hoàn hảo trong nhiều thế hệ. Tôi có thể sống đến 80 tuổi, nhưng tôi thuộc thế hệ của những năm 1950. Theo Kinh thánh, một thế hệ là bốn mươi đến năm mươi năm.

Từ *hoàn hảo* đó có ý nghĩa và định nghĩa là "toàn vẹn" hoặc "thánh khiết." Vì vậy, Kinh Thánh nói rằng Nô-ê là người trong sạch trong tất cả các thế hệ của ông. Nói cách khác, Đức Chúa Trời đã chọn ông, không chỉ vì ông là một người tốt (công bình hoặc công bằng), mà hơn hết, bởi vì dòng dõi DNA của ông không bị ô nhiễm bởi sự kết hôn giữa các thiên sứ sa ngã với loài người. DNA của ông hoàn toàn thuần khiết về dòng dõi A-đam.

Lời Chúa phán trong Giu-đe 1:6:

Còn các thiên sứ không giữ vị trí, từ bỏ chỗ riêng của mình, thì Ngài dùng xiềng để giữ họ trong chỗ tối tăm cho đến kỳ phán xét trong ngày trọng đại.

Nô-ê là một trăm phần trăm con người, không phải nửa người nửa linh.

Như đã ghi chú, rõ ràng Sa-tan đang cố gắng làm xáo trộn DNA của nhân loại, để giữ cho Dòng Dõi của người nữ không bị bầm dập trên đầu hắn. Và hắn gần như đã hoàn thành nó! Chỉ có tám người sống sót sau trận lụt.

BOOM!

Đức Chúa Trời có phải là một Con Thú xấu tính, hay Ngài đã phải tẩy rửa gần như tất cả mọi xác thịt khỏi Mặt đất để bảo vệ loài người, để Ngài có thể mang Dòng Dõi của người nữ đến Mặt đất để cứu rỗi nhân loại?

Có những người khác đang sống trên Trái đất có DNA thuần khiết về dòng dõi A-đam không? Có thể. Phi-e-rơ đã viết cho các hội thánh:

Chính Đấng Christ cũng đã vì tội lỗi chịu chết một lần đủ cả, là Đấng công chính thay cho kẻ bất chính, để đem chúng ta đến cùng Đức Chúa Trời; Ngài đã chịu chết về phần thể xác, nhưng được sống về phần tâm linh; bởi tâm linh đó, Ngài đã đi giảng cho các tâm linh bị tù, là những kẻ thuở trước không vâng phục Đức Chúa Trời, khi Ngài nhẫn nhục chờ đợi trong thời Nô-ê, suốt thời gian chiếc tàu được đóng. Trong tàu chỉ một số ít, tổng số là tám người, được cứu khỏi nước. 1 Phi-e-rơ 3:18-20

Có thể đã có nhiều linh hồn với DNA thuần khiết về dòng dõi A-đam đã không vào được con tàu của Nô-ê và có thể đã ăn năn khi nước lũ bắt đầu dâng lên. Khi nước tiếp tục dâng lên, có lẽ họ đã kêu cầu Chúa, dâng con sinh tế hay bất cứ thứ gì khác có thể cứu họ. Đấng Christ có thể đã rao giảng cho họ khi Ngài ở trong lòng đất trong ba ngày đêm sau khi Ngài chết.

Chúng ta phải nhớ rằng Luật pháp vẫn chưa được ban cho, và con người đang sống trong Thời đại Nhận thức. Chỉ có Nô-ê tìm thấy ân điển trước mắt Chúa và được cứu khỏi nước lụt, còn nhiều người khác có thể đã không nghe thấy thông điệp của con tàu. Điều này sẽ giải thích tại sao Chúa Jesus lại rao giảng cho những linh hồn đã chết trong trận lụt và cho họ cơ hội để chấp nhận sự tha thứ của Đức Chúa Trời. Điều này sẽ không cho họ cơ hội thứ hai để ăn năn, chỉ có cơ hội chấp nhận sự tha thứ của Đức Chúa Trời sau khi họ đã ăn năn.

Hầu hết các Cơ Đốc Nhân ngày nay không hiểu rằng có nhiều điều về sự cứu chuộc hơn là sự ăn năn. Cũng phải có lúc bạn đón nhận sự tha thứ và bảo đảm sự cứu rỗi bằng đức tin.

BOOM!

Nô-ê không chỉ vào trong con tàu và đi thẳng vào Thiên đàng. Ngài đã tha chết để cứu loài người khỏi bị diệt vong, hầu cho Chúa bảo tồn loài người để mang Dòng dõi người nữ (Đấng Mê-si của chúng ta) đến mặt đất.

Trong quá trình này, kế hoạch hủy diệt loài người và Dòng dõi người nữ trên mặt đất của Sa-tan đã bị trật bánh, và Đức Chúa Trời bắt đầu tìm kiếm một người nam mà Ngài có thể lập giao ước, với mục tiêu đưa Dòng dõi người nữ vào trong thế gian.

Như vậy, đã bắt đầu một chương thú vị khác của câu chuyện về nhân loại. Tại sao chúng ta quan tâm đến tất cả những điều này? Bởi vì tất cả đều liên quan đến sự cứu rỗi và khả năng hầu việc Đức Chúa Trời của chúng ta. Trên hết, vì thời đại chúng ta đang sống, chúng ta quan tâm đến *Làm sao để Sẵn sàng cho Sự Cất Lên.*

CHƯƠNG 7

THỜI KỲ ÁP-RA-HAM

Vào thời Áp-ra-ham. Mặc dù ông đến từ một thành phố làm ra thần tượng, nhưng DNA của ông hoàn toàn thuần khiết về dòng dõi A-đam. Đức Chúa Trời nói với Áp-ra-ham rằng dòng dõi của ông sẽ giống như cát ở bờ biển và như sao trên trời. Ngài cũng nói với ông rằng trong dòng dõi của ông, tất cả các nước trên thế gian sẽ được phước.

Như chúng ta đã thấy, Đức Chúa Trời cần phải cắt bỏ giao ước với con người để con người có thể mang Dòng Dõi của Ngài vào thế gian. Đức Chúa Trời không có huyết trên đất để dùng khi cắt giao ước này, vì vậy Ngài đã nói với Áp-ra-ham:

Con hãy đem cho Ta một con bò cái ba tuổi, một con dê cái ba tuổi, một con chiên đực ba tuổi, một con chim ngói và một con bồ câu con. Sáng Thế Ký 15:9

Khi Dòng Dõi của người nữ đến, Ngài (Đấng Christ) sau đó có thể cắt giao ước mới cho cả Đức Chúa Trời và con người thông qua sự đổ huyết nếu huyết của chính Ngài.

Đức Giê-hô-va cũng phán với Áp-ram: "Ta là Đức Giê-hô-va, Đấng đã đem con ra khỏi U-rơ thuộc Canh-đê, để ban cho con đất nầy làm sản nghiệp." Nhưng Áp-ram thưa: "Lạy Chúa là Đức Giê-hô-va, làm sao con biết rằng mình sẽ được thừa hưởng đất nầy?"

Ngài đáp: "Con hãy đem cho Ta một con bò cái ba tuổi, một con dê cái ba tuổi, một con chiên đực ba tuổi, một con chim ngói và một con bồ câu con." Áp-ram dâng lên Ngài tất cả những lễ vật trên, xẻ chúng làm đôi và để mỗi bên một nửa đối nhau, nhưng không xẻ đôi các loài chim. Chim săn mồi sà xuống trên các con thú chết đó, nhưng Áp-ram đuổi chúng đi.

Khi mặt trời vừa lặn, Áp-ram chìm vào một giấc ngủ mê; và nầy, bóng tối mịt mùng, kinh hãi và dày đặc ập xuống trên ông.   Sáng Thế Ký 15:7-17

Tiếp theo, chúng ta thấy, trong Sáng thế ký 15, một lời tiên tri toàn diện bao trùm bốn trăm năm tiếp theo. Đó là một trong những lời tiên tri quan trọng nhất trong Lời Chúa:

Đức Giê-hô-va phán với Áp-ram: "Con phải biết chắc rằng dòng dõi con sẽ làm kiều dân nơi đất khách, phải phục dịch cho dân bản xứ, và bị chúng áp bức trong bốn trăm năm. Nhưng Ta sẽ phán xét dân tộc đã bắt dòng dõi con phục dịch, và sau đó họ sẽ ra khỏi đất đó với rất nhiều của cải. Về phần con, con sẽ hưởng tuổi già hạnh phúc, rồi bình an trở về với tổ phụ mình trong mồ yên mả đẹp. Đến thế hệ thứ tư, dòng dõi con sẽ trở lại đây, vì tội ác của dân A-mô-rít hiện chưa đến cực độ." Khi mặt trời lặn và bóng tối bao trùm, kìa, có một lò lửa đang bốc khói, và một ngọn đuốc cháy rực đi ngang qua giữa các con vật đã bị xẻ đôi.

Sáng Thế Ký 15:13-17

Lưu ý rằng Đức Chúa Trời không chỉ xác định giao ước mà Ngài đang lập với Áp-ra-ham, mà Ngài còn làm sáng tỏ và ghi lại chứng thư quyền sở hữu của vùng đất mà Ngài sẽ ban cho dòng dõi của Áp-ra-ham. Đồng thời, chúng ta có những lời tiên tri đáng kinh ngạc về việc con cháu của Áp-ra-ham sẽ phải chiến đấu với ai để giành được cơ nghiệp của họ. Đức Chúa Trời biết về một số loại người khổng lồ mà con cái Y-sơ-ra-ên sẽ phải tiêu diệt khỏi Đất Hứa, và Ngài thành tín bày tỏ điều gì sẽ xảy ra trong bốn trăm năm tới.

Trong ngày đó, Đức Giê-hô-va lập giao ước với Áp-ram rằng: "Ta ban cho dòng dõi con đất nầy, từ sông Ai Cập cho đến sông lớn kia, tức sông Ơ-phơ-rát, là đất đai của các dân Kê-nít, Kê-nê-sít, Cát-mô-nít, Hê-tít,

65

*Phê-rê-sít, Rê-pha-im, A-mô-nít, Ca-na-an, Ghi-rê-ga-
sít và Giê-bu-sít."* Sáng Thế Ký 15:18-21

Tôi phải xen vào đây rằng để hiểu được câu kinh
thánh này, chúng ta phải hiểu những "dân" này thực
sự là ai. Từ raphaim (Rê-pha-im) bắt nguồn từ một
điều gì đó đã xảy ra vào thời Nô-ê. Đó, một lần nữa, là
khi các thiên sứ sa ngã kết hôn với loài người:

*Chúng đã chết, sẽ không còn sống nữa; Những âm hồn
không trỗi dậy được, Vì Ngài đã trừng phạt và hủy diệt
chúng, Xóa sạch mọi kỷ niệm của chúng.*

Ê-sai 26:14

Từ *deceased* (*chết*) trong cuốn Phụ lục để học Kinh
Thánh bản Strong's Concordance là số H-7496, là từ
rapha. Chú thích của Strong's nói về tham chiếu này
đề cập đến dân Ca-na-an và Rê-pha-im. Dân Rê-pha-
im là những sinh vật từ một kiểu kết hợp y như trong
Sáng thế ký 6. Các thiên sứ sa ngã đã kết hôn với con
gái loài người. Ê-sai nói về Rê-pha-im, *"Những âm hồn
không trỗi dậy được."*

BOOM!

Nói cách khác, không có sự phục sinh cho chúng.

Đức Chúa Trời cắt giao ước với Áp-ra-ham. Sau
đó, Ngài nói với Áp-ra-ham rằng con cháu của ông
sẽ bị cầm tù trong bốn trăm năm và họ sẽ ra khỏi nơi
cầm tù đó với của cải lớn. Đức Chúa Trời cũng chỉ cho

Áp-ra-ham ranh giới của sản nghiệp mà Ngài đang ban cho ông và dòng dõi ông.

Sa-tan đã nghe và hiểu rằng ranh giới mới của cuộc đua sẽ là một khu vực nhỏ hơn nhiều. Thay vì toàn thế giới, Sa-tan giờ có thể tập trung vào một khu vực nhỏ hơn nhiều. Sa-tan cũng hiểu rằng hắn đã có bốn trăm năm để "gây rối" với DNA trong vùng đất đó. Ban đầu, Sa-tan không biết Dòng Dõi của người nữ khiến bầm dập đầu hắn sẽ đến từ đâu.

Đức Chúa Trời đã chuẩn bị cho Áp-ra-ham khoảng tám mươi năm. Ngài đang đưa ông đến một nơi của đức tin và sự tin cậy hoàn toàn bởi vì sự trao đổi mà Ngài sẽ cần phải có với người nam này, người mà Ngài cần phải có trong giao ước.

Ở trong giao ước có nghĩa là mọi thứ tôi có là của bạn, và mọi thứ bạn có là của tôi. Giao ước không thể được thực hiện trừ khi có sự cắt thịt và sự trao đổi huyết. Khi đến lúc Áp-ra-ham thực hiện phần giao ước của mình, Đức Chúa Trời yêu cầu ông lấy máu từ bộ phận nhạy cảm nhất trên cơ thể. Vì vậy, Áp-ra-ham và tất cả người nam trong gia đình ông phải chịu cắt bì:

Đây là giao ước của Ta mà các con phải giữ, là giao ước giữa Ta và con cũng như dòng dõi con sau nầy: Đó là mọi người nam trong các con phải chịu cắt bì. Các con phải chịu cắt da quy đầu, và đó sẽ là dấu hiệu của giao ước giữa Ta và các con. Trải qua mọi thế hệ, mỗi người nam trong các con, dù được sinh ra trong nhà hay được mua về bằng tiền từ người ngoại bang, không thuộc về dòng giống của con, sau khi sinh được tám ngày đều phải chịu cắt bì. Cả người được sinh ra trong nhà lẫn người được mua về bằng tiền đều buộc phải cắt bì. Như thế, giao ước của Ta trên thân thể các con là giao ước đời đời. Người nam nào không chịu cắt bì, tức là không cắt da quy đầu, thì sẽ bị trục xuất khỏi dân chúng, vì người đó đã phá vỡ giao ước của Ta. Đức Chúa Trời phán với Áp-ra-ham: "Còn Sa-rai, vợ con, con đừng gọi nàng là Sa-rai nữa vì tên của nàng là Sa-ra. Ta sẽ ban phước cho nàng, và qua nàng Ta sẽ ban cho con một con trai. Ta sẽ ban phước cho nàng, nàng sẽ là tổ mẫu của các dân tộc; vua chúa của các dân tộc đều từ nàng mà ra." Sáng Thế Ký 17:10-16

Đức Chúa Trời cũng hướng dẫn Áp-ra-ham đến nơi thiêng liêng nhất trên đất và ra lệnh cho ông hy sinh đứa con trai độc nhất của mình ngay tại đó. Nơi này đã trở thành Temple Mount (Núi Đền Thánh) hiện nay ở Giê-ru-sa-lem. Vì Áp-ra-ham sẵn sàng hy sinh con trai duy nhất của mình, Y-sác, nên sự hy sinh của Đức Chúa Trời dành cho Con Một của Ngài, Chúa Jesus, sẽ đủ điều kiện để hoàn thành việc cắt đứt giao ước giữa Đức Chúa Trời và con người. Nếu Áp-ra-ham không sẵn sàng hy sinh con trai duy nhất của mình, thì Đức Chúa Trời không thể hy sinh Con Một của Ngài như một phần của giao ước mà Ngài đã lập với con người.

Áp-ra-ham không chỉ có giao ước với Đức Chúa Trời; ông cũng có DNA của con người thuần khiết về dòng dõi Sết và A-đam. Ông sẽ hy sinh Y-sác và thiêu con ông thành tro rồi đứng đó cho đến khi Đức Chúa Trời đưa con ông ra khỏi đống tro tàn đó và phục hồi con ông trở lại với cha mình.

Bởi đức tin, Áp-ra-ham dâng Y-sác trong khi bị thử nghiệm. Ông sẵn sàng hiến dâng đứa con một đã nhận được theo lời hứa, là đứa con mà Đức Chúa Trời có phán: "Chính qua Y-sác, con sẽ có một dòng dõi được gọi bằng tên con." Ông tự nghĩ rằng Đức Chúa Trời có quyền khiến kẻ chết sống lại, nói theo nghĩa bóng, ông thật đã nhận lại con mình từ cõi chết.

Hê-bơ-rơ 11:17-19

Bởi vì Áp-ra-ham đã được hứa rằng từ Y-sác dòng dõi của ông sẽ được gọi, ông tin rằng ngay cả sau khi ông đã thiêu con trai mình thành tro, thì Đức Chúa Trời, vì cớ giao ước, sẽ phải làm cho Y-sác sống lại từ cõi chết.

Bây giờ chúng ta bắt đầu hiểu tại sao Áp-ra-ham gửi Ê-li-ê-se trở lại với dòng họ gia đình mình để tìm một người vợ cho Y-sác. Áp-ra-ham bắt Ê-li-ê-se thề với ông rằng ông sẽ chỉ mang về một người nữ thuộc dòng dõi gia đình mình, vì sự thuần khiết của dòng dõi ông. Điều tương tự cũng xảy ra với Gia-cốp. Gia-cốp cũng kết hôn thuộc về dòng dõi Áp-ra-ham.

Bây giờ, hãy để tôi ra ngoài đề và hoàn tất lời tiên tri bốn trăm năm. Sự việc xảy ra khi Y-sác và Gia-cốp đã trưởng thành và có gia đình riêng, Sa-tan thúc đẩy tiêu diệt mầm mống của giao ước bằng cách gửi một nạn đói kéo dài đến vùng đất mà Gia-cốp đang sinh sống. Gia-cốp có nhiều con trai, một trong số họ tên là Giô-sép. Câu chuyện về Giô-sép thì xuyên suốt, nhưng mấu chốt là Đức Chúa Trời đã sử dụng Giô-sép, người bị chính anh em của mình bán làm nô lệ và cuối cùng đến Ai Cập, để trở thành một khuôn mẫu của Đấng Christ. Trải qua nhiều hoàn cảnh rất bất thường, Giô-sép trở thành người nắm quyền thứ hai sau Pha-ra-ôn tại đất Ai Cập. Vào thời điểm đó, Ai Cập là một xã hội và văn hóa rất gian ác. Đức Chúa Trời đã sử dụng Ai Cập để làm sanh sản thêm nhiều con cái Y-sơ-ra-ên, nhưng Ngài cũng giữ cho DNA của họ thuần khiết bằng cách tách riêng họ ra ở Gô-sen, tách biệt khỏi chính người Ai Cập. Đức Chúa Trời cũng đặt con cháu của Áp-ra-ham ở một vị trí hoàn hảo, để khi họ rời Ai Cập, họ sẽ được chất đầy của cải.

Đức Giê-hô-va phán với Áp-ram: "Con phải biết chắc rằng dòng dõi con sẽ làm kiều dân nơi đất khách, phải phục dịch cho dân bản xứ, và bị chúng áp bức trong bốn trăm năm. Nhưng Ta sẽ phán xét dân tộc đã bắt dòng dõi con phục dịch, và sau đó họ sẽ ra khỏi đất đó với rất nhiều của cải." Sáng Thế Ký 15:13-14

Hãy lưu ý trong câu 13, Đức Chúa Trời đã dùng cụm từ dòng dõi con. Cuộc chiến của các thời đại là để giữ cho dòng dõi của loài người được thuần khiết. Sau đó, khi Gia-cốp, cha của Giô-sép, chuyển đến Ai Cập, Sa-tan bắt đầu nhận ra điều này. Mặc dù con cháu của Áp-ra-ham phải chạy trốn khỏi chính vùng đất mà Đức Chúa Trời đã hứa với họ, nhưng Đức Chúa Trời, với khả năng vĩ đại của Ngài trong việc sử dụng sự khôn khéo của Sa-tan để chống lại hắn, đã dùng cơ hội này để đem đến một lối thoát cho con cái Y-sơ-ra-ên khỏi nạn đói mà có thể đã phá hủy đi dòng dõi.

Hóa ra thì, con cháu của Áp-ra-ham đã trở thành nô lệ, ngay cả như Đức Chúa Trời đã báo trước trong lời tiên tri đã ban cho Áp-ra-ham. Đức Chúa Trời, trong sự khôn ngoan của Ngài, biết rằng con cái Y-sơ-ra-ên, những người chăn nuôi bò và cừu, sẽ không bao giờ được dân Ai Cập đón nhận, vì dân Ai Cập tôn thờ bò.

Không những dân Y-sơ-ra-ên không bao giờ được dân Ai Cập đón nhận; họ cũng sinh sôi nảy nở về số lượng và sức mạnh ở vùng đất biệt lập tại Gô-sen. Sự sinh sôi về số lượng của họ và sự kiên quyết không chịu đồng hóa với dân Ai Cập cuối cùng đã khiến họ trở thành mối đe dọa đối với dân Ai Cập.

Vì chế độ nô lệ tàn khốc mà họ đã kinh nghiệm qua, tuyển dân mà Chúa nuôi dưỡng là những người được tôi luyện nhất trên đất. Và, vì cớ sự áp bức họ chịu, họ cũng là một trong những người phục tùng nhất trên đất! Nghe có vẻ như Chúa đã có một kế hoạch và đang thực hiện điều gì đó tuyệt vời. Ngài đang chuẩn bị đường lối cho sự trở lại của Chúa Jesus.

Tại sao điều này thì quan trọng? Bởi vì cũng như Chúa Jesus đã đến lần đầu tiên, Ngài sẽ trở lại cho những ai yêu mến Ngài. Phải, bạn và tôi phải học cách *Làm sao để Sẵn sàng cho Sự Cất Lên.*

CHƯƠNG 8

THỜI KỲ MÔI-SE

Vào cuối bốn trăm năm, Đức Chúa Trời đã sai Môi-se đến để giải cứu dòng dõi của Áp-ra-ham khỏi ách nô lệ của Ai Cập, như đã được tiên tri. Đầu khoảng thời gian bốn trăm năm này, Sa-tan, nhận thấy Đức Chúa Trời đã đánh bại mình như thế nào, đã một lần nữa hành động để thay đổi DNA trong Đất Hứa mà Đức Chúa Trời đã ban cho Áp-ra-ham. Bây giờ chúng ta có thể hiểu tại sao sau này Đức Chúa Trời ra lệnh cho dân Y-sơ-ra-ên tiêu diệt hết thảy mọi người nam, người nữ, bé trai và bé gái và tất cả các loài động vật đã được thuần hóa trong tất cả các thành phố nơi các thiên sứ sa ngã đã trộn lẫn DNA của họ với DNA của loài người. Lần này, có vẻ như chúng cũng đã bắt đầu thay đổi DNA của đời sống thực vật và động vật trong các thành phố mà họ đã làm ô uế. Đây là lý do tại sao phải cần đến hai người đàn ông để mang một chùm nho. Người khổng lồ một lần nữa được tìm thấy trên đất. Có phải ngày nay DNA của dòng dõi chúng ta đang bị ô nhiễm do biến đổi gen là không đúng sự thật không?

Như đã thảo luận trước đó, Lời Chúa nói:

Trong ngày đó, Đức Giê-hô-va lập giao ước với Áp-ram rằng: "Ta ban cho dòng dõi con đất nầy, từ sông Ai Cập cho đến sông lớn kia, tức sông Ơ-phơ-rát, là đất đai của các dân Kê-nít, Kê-nê-sít, Cát-mô-nít, Hê-tít, Phê-rê-sít, Rê-pha-im, A-mô-nít, Ca-na-an, Ghi-rê-ga-sít và Giê-bu-sít." Sáng Thế Ký 15:18-21

Khi đọc Cựu ước, nhiều người đã kết luận rằng Đức Chúa Trời yêu chuộng đổ huyết và chiến tranh trong Cựu ước, nhưng Ngài không phải là một Con Thú diệt chủng — giết mọi người nam, người nữ, trẻ em và động vật chỉ vì Ngài có thể. Sự thật là cũng giống như vào thời Nô-ê, Đức Chúa Trời đã loại bỏ bất kỳ DNA bị thay đổi nào ra khỏi Đất Hứa, DNA mà có thể sẽ phá hủy kế hoạch của Ngài để dấy lên một dân tộc có thể trở thành Cô Dâu cho Con Ngài và có thể quản trị và trị vì với Chúa Jesus. Đức Chúa Trời muốn một chủng tộc sống mới, một chủng tộc được tạo ra theo hình ảnh của Ngài và giống như Ngài — thể xác, linh hồn và tâm linh — với sự tự do lựa chọn và ý chí tự do.

Môi-se đã được nuôi dạy lớn lên, không chỉ ngay trước mũi Sa-tan, mà còn trong triều đình của một dân tộc có DNA rõ ràng đã bị ô uế. Chúng ta không hiểu nhiều điều về đất Ai Cập, nhưng chúng ta biết rằng các thầy tế lễ của họ đã hành động theo một cách siêu nhiên mạnh mẽ, đến nỗi họ có thể lặp lại mấy phép lạ đầu tiên mà Môi-se thực hiện giữa họ. Ai Cập đã là một xã hội rất tiên tiến, có sự hiểu biết đáng kể hơn hầu hết phần còn lại của thế giới.

Môi-se cũng được sinh ra trong thời kỳ mà tất cả các bé trai người Hê-bơ-rơ phải bị dìm chết đuối tại sông Nin. Sa-tan biết về lời tiên tri rằng vào cuối bốn trăm năm, con cháu Áp-ra-ham sẽ thoát khỏi ách nô lệ của Ai Cập và trở về Đất Hứa. Kế hoạch của hắn là tiêu diệt tất cả bé trai người Hê-bơ-rơ được sinh ra trước khi thế hệ đó có thể đi trở về. Do đó, Sa-tan đã tấn công thông qua Pha-ra-ôn để làm cho tất cả các bé trai người Hê-bơ-rơ bị chết đuối trên sông.

Nếu bạn nhìn vào giai cấp thống trị của các Pha-ra-ôn, bạn sẽ thấy rằng chiếc khăn trùm đầu dài ra thực sự là một cách để ngụy trang sự thật rằng họ là "đầu hình nón." Trong lịch sử Ai Cập được ghi lại, những dân thường sinh sống ở Ai Cập đã buộc những miếng ván phẳng buộc vào đầu trẻ sơ sinh của họ để tạo khuôn và hình dáng cho đầu chúng dài ra, như vậy con cái của họ sẽ được giai cấp thống trị dễ chấp nhận hơn.

Có vẻ như di truyền của Ai Cập cổ đại đã hình thành nên những người lùn chứ không phải những người khổng lồ. Tôi tin rằng Sa-tan đã đùa giỡn với DNA của con người theo cách để tạo ra chứng người lùn. Ai Cập thậm chí còn có một thần lùn, và dân Ai Cập thực sự tôn thờ một vị thần sản sinh ra người lùn.

Điều kỳ lạ nhưng có thật là vị Pha-ra-ôn cao nhất chỉ cao khoảng 1,68 mét.

Tôi tin rằng người Ai Cập có DNA không phải là thuần khiết về dòng dõi A-đam. Theo Kinh thánh, rõ ràng là DNA của Môi-se là thuần khiết, vì ông được sinh ra từ cha mẹ là người Hê-bơ-rơ.

Xuyên suốt, những con cái Y-sơ-ra-ên gặp rất nhiều cảnh ngộ. Câu chuyện sau đây là câu chuyện hấp dẫn nhất, vì nó minh họa một lần nữa Sa-tan đã dàn dựng một kế hoạch tiêu diệt mầm mống của Đấng Mê-si để ngăn trở Ngài đến thế gian.

Câu chuyện Ba-lác and Ba-la-am

Đây là câu chuyện về một vị vua ngoại đạo tên là Ba-lác và một nhà tiên tri tên là Ba-la-am. Dân Y-sơ-ra-ên sắp kết thúc bốn mươi năm lưu lạc trong sa mạc khi Ba-lác thuê Ba-la-am để rủa sả họ. Bạn có thể nhớ rằng, trong câu chuyện này, Đức Chúa Trời đã khiến một con lừa nói được và sửa sai Ba-la-am. Sau đó, Ba-la-am nói với Ba-lác rằng ông không thể rủa sả những gì Chúa đã ban phước, nhưng nếu Ba-lác sai những người nữ của mình kết hôn với con cái Y-sơ-ra-ên, trong một thời gian ngắn, con cái Y-sơ-ra-ên sẽ mang theo sự rủa sả của Chúa trên chính họ.

Không chỉ các hình tượng và các thần của kẻ thù sẽ rủa sả con cái Y-sơ-ra-ên, mà quan trọng hơn, sự ô uế trong DNA sẽ rủa sả họ nhiều nhất và phá hủy DNA thuần khiết của dòng dõi họ.

Trong sách Khải huyền, Đức Chúa Trời đã phán rằng giáo lý Ba-anh này thực sự là gian dâm:

Nhưng Ta có vài điều trách con: Nơi con ở có những kẻ đi theo sự dạy dỗ của Ba-la-am, người đã dạy Ba-lác đặt đá vấp chân trước mặt các con cái Y-sơ-ra-ên để họ ăn của cúng thần tượng và phạm tội gian dâm.

Khải Huyền 2:14

Có lẽ nào đó không phải là các hình tượng khiến Đức Chúa Trời ngần ngại nhất hay sao, mà là tội có con với những người bị ô uế DNA? Một lần nữa, đó là sự ô uế và trộn lẫn của Dòng Dõi Thánh. Đức Chúa Trời muốn một dân tộc mà dòng dõi họ không bị các thiên sứ sa ngã làm ô uế. Sự việc này xảy ra ngay trước khi dân Y-sơ-ra-ên vào trong Đất Hứa.

Hành trình bốn mươi năm

Môi-se đã dẫn dắt dân Y-sơ-ra-ên thoát khỏi ách nô lệ của Ai Cập. Để rồi, sau bốn mươi năm, họ đến sông Giô-đanh đối diện với Giê-ri-cô. Tuy nhiên, trước khi họ có thể đi vào trong Đất Hứa, Đức Chúa Trời đã có một vài công tác chưa hoàn thành với Môi-se. Khi dân Y-sơ-ra-ên khát nước vì thiếu nước, Đức Chúa Trời bảo Môi-se hãy đập vào một tảng đá, và nước sẽ chảy ra. Môi-se đập vào tảng đá, và khoảng ba triệu người Y-sơ-ra-ên có thể hoàn toàn làm dịu cơn khát của họ. Lần thứ hai họ không có nước, Đức Chúa Trời bảo

Môi-se hãy truyền (nói) cho một tảng đá và nước sẽ chảy ra. Tuy nhiên, vì giận dân chúng, Môi-se không ra lệnh cho tảng đá. Ông đập vào hòn đá, giống như lần đầu tiên ông đã làm. Vì sự bất tuân này, Đức Chúa Trời nói với Môi-se rằng ông sẽ không được phép đi vào Ca-na-an (vùng đất hứa). Vì vậy, Đức Chúa Trời đã chôn cất Môi-se ở phía đối diện sông Giô-đanh từ thành Giê-ri-cô.

Hãy để tôi tìm hiểu sâu hơn một chút về chủ đề này với bạn, vì đây là một sự kiện rất đặc biệt có thể liên quan đến lời tiên tri trong Kinh thánh trong tương lai (mà tôi sẽ thảo luận sau). Đây là cách Kinh thánh kể chuyện:

Từ cao nguyên Mô-áp, Môi-se lên đỉnh Phích-ga, trên núi Nê-bô, đối diện Giê-ri-cô. Tại đó, Đức Giê-hô-va cho ông xem toàn bờ cõi, từ Ga-la-át đến Đan, toàn xứ Nép-ta-li, vùng đất Ép-ra-im và Ma-na-se, toàn xứ Giu-đa cho đến tận Biển Tây, vùng Nê-ghép và vùng đồng bằng, tức là thung lũng Giê-ri-cô, thành Cây Chà Là, cho đến Xoa. Đức Giê-hô-va phán với ông: "Đây chính là xứ mà Ta đã thề ban cho Áp-ra-ham, Y-sác và Gia-cốp khi Ta nói: 'Ta sẽ ban xứ nầy cho dòng dõi con.' Ta cho con xem tận mắt xứ ấy nhưng con sẽ không được vào đó."

Môi-se, đầy tớ của Đức Giê-hô-va, qua đời tại đó, trên cao nguyên Mô-áp, như lời Ngài đã phán. Đức Giê-hô-va chôn ông trong một thung lũng thuộc xứ Mô-áp, đối diện với Bết Phê-ô. Cho đến nay không có ai biết được nơi an táng của ông. Phục truyền 34:1-6

Hãy lưu ý trong những câu này rằng Môi-se đã được chôn cất trong Thung lũng Mô-áp, *"đối diện Giê-ri-cô."* Ngoài ra, hãy lưu ý rằng về mặt vật lý, Môi-se không thể nhìn thấy tất cả vùng đất mà Đức Chúa Trời muốn chỉ cho ông ngoại trừ bằng một trải nghiệm siêu nhiên, hoặc khải tượng. Có lẽ Đức Chúa Trời đã chôn ông trong tảng đá do chính nơi Ngài và đặt ông vào cùng một khe hở mà Ngài đã từng đặt ông một lần trước đây?

Đức Giê-hô-va lại phán: "Nầy, có một chỗ gần Ta, con hãy đứng trên tảng đá. Khi vinh quang Ta đi ngang qua, Ta sẽ để con trong kẽ đá và lấy bàn tay Ta che con cho đến khi đi qua rồi Ta mới rút tay lại. Con sẽ thấy phía sau Ta, nhưng không được thấy mặt Ta."
Xuất Ê-díp-tô Ký 33:21-23

Điều đáng kinh ngạc nhất là tảng đá gần với Đức Chúa Trời và được dùng để che giấu Môi-se và tảng đá mà Môi-se được cho là sẽ nói với thay vì đập vào thực sự là chính mình Chúa Jesus Christ.

BOOM!

Tất cả cùng uống một thức uống thiêng liêng; vì họ uống nơi một tảng đá thiêng liêng đi với họ; tảng đá ấy chính là Đấng Christ. 1 Cô-rinh-tô 10:4

Có thể nào Đức Chúa Trời đã giấu Môi-se trong Tảng đá, cùng một khe hở mà từ đó Ngài đã cho phép Môi-se nhìn thấy một phần vinh hiển Ngài? Phải chăng Đức Chúa Trời đã gìn giữ cơ thể của ông một cách hoàn hảo và có thể đó là lý do tại sao Ngài không cho phép Sa-tan biết nơi chôn cất Môi-se? Giu-đe 9 nói sự thật này:

Ngay cả khi thiên sứ trưởng Mi-ca-ên tranh luận với ma quỷ lúc tranh chấp xác của Môi-se cũng không dám lấy lời phạm thượng nào để phán xét, mà chỉ nói: "Cầu Chúa quở trách ngươi."

Tôi sẽ nói kỹ càng hơn về điểm này ở phần sau của cuốn sách. Khi chúng ta tiếp tục, hãy ghi nhớ chủ đề và mục đích của cuốn sách, *Làm sao để Sẵn sàng cho Sự Cất Lên.*

CHƯƠNG 9

THỜI KỲ RU-TƠ

Mục tiếp theo cần xem xét là câu hỏi sau: Còn về sự trong sạch của dòng dõi Chúa Jesus Christ từ Ru-tơ, tổ tiên của Ngài, được cho là đến từ xứ Mô-áp và được gọi là "một người đàn bà Mô-áp"?

Hầu hết các mục sư không nghiên cứu về chủ đề này đều không biết những sự kiện xác định dòng dõi của con dâu Na-ô-mi. Khi nghiên cứu chủ đề này, rõ ràng là Ru-tơ, trên thực tế, là một người Y-sơ-ra-ên và là hậu duệ của Áp-ra-ham từ xa về dòng dõi A-đam!

Hãy nhớ rằng, Đức Chúa Trời đã chọn Đa-vít làm vua trên Y-sơ-ra-ên, và Đa-vít là dòng dõi trực tiếp của Ru-tơ và Bô-ô. Đức Chúa Trời sai tiên tri Sa-mu-ên đến xức dầu cho Đa-vít lên làm vua. Ngài không tìm kiếm một người tài năng, đẹp trai, vóc dáng cao lớn hay học hành tử tế. Ngài muốn một người cụ thể mà chính Ngài đã chọn.

Theo Kinh thánh, chúng ta biết rằng Đa-vít không cao như Sau-lơ. Không có chỗ nào nói về việc ông thì tài giỏi, có học thức hay bất cứ điều gì khác có thể khiến ông nổi bật, rằng ông có tố chất nên được chọn làm vua. Không có điều gì cả, cho đến khi Sa-mu-ên đặt tay trên ông, xức dầu cho ông và nói tiên tri về ông. Với điều này trong tâm trí, hãy nhớ những câu sau:

Na-ha-sôn sinh Sanh-ma, Sanh-ma sinh Bô-ô, Bô-ô sinh Ô-bết, Ô-bết sinh Gie-sê.　　*1 Sử Ký 2:11-12*

Người Am-môn và Mô-áp không được gia nhập hội Đức Giê-hô-va, dù đến thế hệ thứ mười cũng không bao giờ được gia nhập hội của Đức Giê-hô-va.

Phục Truyền 23:3

Tôi xin nhấn mạnh: Con cháu Mô-áp không được phép bước vào trong Đền thánh! Nếu ai kết hôn với dòng dõi Mô-áp, con cháu của họ không được phép vào Đền thờ trong mười thế hệ. Dân Do Thái có thể truy tìm dòng dõi của họ từ tận A-đam, và họ hẳn đã biết đầy đủ về dòng dõi của Đa-vít. Nếu bà cố của Đa-vít là người Mô-áp, ông sẽ không được phép vào Đền thờ, và con trai của Đa-vít, Sa-lô-môn, vị vua kế tiếp theo ông, cũng sẽ không được phép vào Đền thờ.

Tất cả nó có nghĩa gì? Ru-tơ, bà cố của Đa-vít, có thể đến từ xứ Mô-áp, nhưng bà không thể thuộc dòng dõi Mô-áp. Nếu là dòng dõi ấy, DNA của bà hẳn đã bị ô uế bởi sự kết hôn giữa các thiên sứ sa ngã với người nữ. Chúa hẳn đã biết điều này, và dân sự hẳn cũng đã biết điều đó. Đức Chúa Trời sẽ không cho phép DNA ô uế đó vào dòng huyết thống của Chúa Jesus, và dân tộc Do Thái sẽ không cho phép Đa-vít làm vua của họ hoặc vào Đền thờ của họ.

Tôi tin chắc rằng huyết thống của Ru-tơ không hề bị ô uế từ dòng dõi A-đam. Do đó, Chúa Jesus có thể được ngồi trên ngai vàng của Đa-vít, người thuộc dòng dõi Ru-tơ. Không thể nghi ngờ gì về sự thuần khiết trong huyết thống của Ru-tơ.

Tất cả có thích hợp hay không? Có, và chúng ta sẽ nhìn thấy cách như thế nào. Trong khi chờ đợi, hãy tập trung vào chuẩn bị cho những điều cần có để sẵn sàng cho những gì sắp xảy ra. Tất cả chúng ta phải biết *Làm sao để Sẵn sàng cho Sự Cất Lên.*

CHƯƠNG 10

THỜI KỲ SÔ-PHÔ-NI

Tôi sẽ cho phép mình được đứng sang một bên ở đây để tôi có thể bắt đầu câu chuyện về cách Đức Chúa Trời hành động liên quan đến sự xuất hiện của Dòng dõi người nữ. Giê-rê-mi sinh năm 640 trước Công nguyên, vì vậy ông là người cùng thời với Sô-phô-ni (người đã viết sách của mình vào năm 624 trước Công nguyên). Chúng ta không biết chính xác năm Sô-phô-ni sinh ra, nhưng chắc chắn ông là một nhà tiên tri trong cùng thời kỳ với Giê-rê-mi.

Sô-phô-ni cũng chia sẻ một lời tiên tri về thời điểm sẽ đến khi Đấng Mê-si, Dòng dõi người nữ, được hiển hiện. Khi đó, ngôn ngữ của Thiên đàng sẽ được phục hồi lại trên đất:

Vì vậy, Đức Giê-hô-va phán: "Hãy chờ đợi Ta, Cho đến ngày Ta sẽ đứng lên cáo buộc; Vì Ta đã quyết định tập hợp các dân tộc và quy tụ các vương quốc, để trút trên chúng cơn thịnh nộ, tức là tất cả cơn giận bừng bừng

85

của Ta. Vì toàn cõi đất sẽ bị thiêu nuốt bởi lửa ghen của Ta. Bấy giờ, Ta sẽ biến đổi các dân, thanh tẩy môi miệng, để tất cả đều kêu cầu danh Đức Giê-hô-va, kề vai sát cánh phụng sự Ngài." Sô-phô-ni 3:8-9

BOOM!

Điều này có thể đề cập đến điều gì ngoại trừ ngôn ngữ của Thiên đàng? Trong 1 Cô-rinh-tô 13:1, Phao-lô viết rằng:

Dù tôi nói được các thứ tiếng loài người và thiên sứ ... .

Theo quan điểm của Đức Chúa Trời, chỉ có hai ngôn ngữ: tiếng của loài người và tiếng của các thiên sứ. Chúng ta biết rằng Đức Chúa Trời đã dạy A-đam và Ê-va cách nói chuyện. Có lẽ nào họ đã học ngôn ngữ của Thiên đàng? Đức Chúa Trời đã làm nhầm lẫn ngôn ngữ của loài người tại tháp Ba-bên. Kinh thánh kể câu chuyện trong Sáng thế ký 11:1:

Bấy giờ cả thế giới đều có cùng một ngôn ngữ và dùng chung các ngôn từ.

Đây là bối cảnh của việc xây dựng tháp Ba-bên.

Đức Giê-hô-va ngự xuống để xem thành và tháp mà con cái loài người đang xây dựng. Đức Giê-hô-va phán: "Nầy, chúng cùng một dân tộc, chung một ngôn ngữ.

*Chúng mới khởi công mà đã như thế thì về sau sẽ không
có việc gì chúng đã hoạch định mà không làm được.
Thôi! Chúng Ta hãy xuống, làm lộn xộn tiếng nói của
chúng, để chúng không hiểu được tiếng nói của nhau."*
Sáng Thế Ký 11:5-7

Tôi tin rằng ngôn ngữ mà cả thế giới nói và hiểu vào
thời điểm đó là ngôn ngữ của các thiên sứ mà Phao-
lô đã nói trong sách I Cô-rinh-tô. Nó là ngôn ngữ của
Thiên đàng và không có sự nhầm lẫn nào trong đó.
Mọi ngôn ngữ trên thế giới, mọi lưỡi của nhân loại,
đều có sự nhầm lẫn được tích hợp trong nó. Ví dụ,
trong tiếng Anh, khi chúng ta nói từ *đọc (read)*, mọi
người không biết chúng ta đang nói gì vì từ *đọc (read)*
nghe giống hệt từ *sậy (reed)*, nhưng ý nghĩa của hai từ
hoàn toàn khác nhau. Chúng ta không thể phân biệt
những gì một người đang đề cập đến ngoại trừ cách
hiểu ngữ cảnh.

Tương tự như vậy, nếu chúng ta nói *màu đỏ (red)*,
từ này nghe giống như một cách sử dụng khác của từ
đã đọc (read), như trong câu "Tôi *đã đọc (read)* một cuốn
sách hôm qua." Các nhà khoa học đã tuyên bố rằng
vấn đề lớn nhất với các ngôn ngữ ngày nay là do sự
nhầm lẫn được xây dựng bên trong các từ. Khi mọi
người thảo luận về các vấn đề trong công việc của họ,
chắc chắn vấn đề lớn nhất mà họ gặp phải là giao tiếp.
Hiểu nhau không phải lúc nào cũng dễ dàng.

Tôi tin rằng, trong Sáng thế ký 11, khi Đức Chúa

Trời lấy khỏi con người khả năng nói và hiểu ngôn ngữ của Thiên đàng, con người không còn có thể tập trung vào các dự án của họ như trước nữa. Đức Chúa Trời quan tâm đến phương pháp giao tiếp của họ, chứ không phải chiều cao tháp của họ.

Trong Đa-ni-ên 5 Bên-xát-sa, vua Ba-by-lôn, tổ chức một bữa tiệc, và một điều rất kỳ lạ đã xảy ra. Vào một lúc nọ, một bàn tay xuất hiện, viết trên tường. Bên-xát-sa yêu cầu giải thích chữ viết, kêu gọi tất cả các nhà thông thái của Ba-by-lôn thông dịch nó. Nhưng không tìm thấy ai có thể hiểu những gì đã được viết ra. Cho đến khi… Đa-ni-ên được gọi. Điều này cho thấy chữ được viết ra không được viết bằng bất kỳ ngôn ngữ nào trên thế giới.

Đa-ni-ên cũng không thực sự thông dịch chữ được viết ra. Ông gọi những gì ông hiểu nó để nói là một "thông giải/diễn giải," không phải là một bản dịch. Đây là những gì ông nói thông điệp bằng văn bản có nghĩa là:

Hàng chữ đã viết như sau: MÊ-NÊ, MÊ-NÊ, TÊ-KEN, U-PHÁC-SIN. Đây là nghĩa của dòng chữ đó: MÊ-NÊ nghĩa là: Đức Chúa Trời đã đếm và chấm dứt số ngày của vua; TÊ-KEN là: Vua đã bị đặt trên bàn cân và thấy kém thiếu. PHÊ-RẾT là: Vương quốc của vua bị phân chia rồi giao cho người Mê-đi và người Ba Tư.

Đa-ni-ên 5:25-28

BOOM!

Có một sự khác biệt rất lớn giữa thông dịch và thông giải/diễn giải.

Tiên tri Ê-sai báo trước về ngày sắp tới:

Vì vậy, Đức Giê-hô-va sẽ dùng môi miệng người ngoại quốc và tiếng khác mà phán với dân nầy. Ngài đã phán với họ: "Đây là chỗ nghỉ ngơi, Hãy để kẻ mệt mỏi được nghỉ; Đây là chỗ yên tĩnh." Nhưng họ không chịu lắng nghe. Ê-sai 28:11-12

Ông nói rằng những người từ chối phép lạ này sẽ *"ngã ngửa, bị vỡ nát, sập bẫy và bị bắt"* (Ê-sai 28:13). Phải chăng Sô-phô-ni đã nhìn thấy Đức Chúa Trời ban lại cho con người một phần những gì Ngài đã rút tại tháp Ba-bên?

Bây giờ hãy so sánh Sô-phô-ni 3: 8-9 với những gì được viết trong Công vụ 1 và 2:

Sô-phô-ni 3:8 *Vì vậy, Đức Giê-hô-va phán: "Hãy chờ đợi Ta"*
Công-vụ 1:4 *Nhưng phải ở đó chờ điều Cha đã hứa*

Sô-phô-ni 3:8 *Vì Ta đã quyết định tập hợp các dân tộc*
Công-vụ 2:5 *Có những người Do Thái sùng đạo từ các dân trong thiên hạ về, đang lưu trú tại Giê-ru-sa-lem*

Sô-phô-ni 3:9 *Ta sẽ biến đổi các dân, thanh tẩy môi miệng*
Công-vụ 2:4 *Tất cả đều được đầy dẫy Đức Thánh Linh,*

bắt đầu nói các ngôn ngữ khác, theo như Thánh Linh cho họ nói

Sô-phô-ni 3:9 *Kề vai sát cánh phụng sự Ngài*
Công-vụ 2:1 *Các môn đồ nhóm họp tại một chỗ*

Tôi đã đề cập đến vấn đề này bởi vì nó là một ví dụ về những gì Đức Chúa Trời mong muốn cho nhân loại. Rồi một ngày, Lời Chúa cho biết, chúng ta sẽ phán xét các thiên sứ (xin xem 1 Cô-rinh-tô 6:3). Khi chúng ta thấy Chúa Jesus như chính Ngài, chúng ta sẽ trở thành con cái Đức Chúa Trời cách rõ ràng. Đó là thời gian Sự Cất Lên. Tôi sẽ đi sâu vấn đề này hơn ở phần sau của cuốn sách. Hãy tiếp tục đọc!

Nhiều người rao giảng rằng chúng ta đã là con cái Đức Chúa Trời cách rõ ràng, nhưng tôi sợ rằng họ bị lừa dối. Khi chúng ta nhìn thấy Chúa Jesus, chín mươi ba phần trăm bộ não và thuộc linh của chúng ta mà chúng ta chỉ sử dụng một ít cho đến hiện tại sẽ đột nhiên được bật lên. Chúng ta có tất cả nội lực để hoạt động trong lĩnh vực siêu nhiên, nhưng vì sự sa ngã của con người, chúng ta phải dành chỗ cho Đức Thánh Linh để khai thác vào lĩnh vực đó mà chúng ta bị giới hạn. Khi chúng ta đầu phục Đức Thánh Linh, chúng ta nói những điều bí mật với Đức Chúa Trời bằng tiếng lạ, nhưng chúng ta không hiểu những gì chúng ta đang nói ... trừ khi chúng ta vận hành ân tứ thông giải tiếng lạ. Khi chúng ta vào Thiên đàng, chúng ta sẽ nói và hiểu ngôn ngữ của Thiên đàng một cách tự nhiên như chúng ta vẫn nói và hiểu ngôn ngữ mẹ đẻ của chúng ta trên đất ngày nay.

Để giải thích cho việc sử dụng năng lực não có hạn của chúng ta, tôi muốn nói đến một số người khác thường. Chúng tôi gọi một người thể hiện những khả năng xuất chúng đặc biệt trong một lĩnh vực cụ thể là một người thông thái ngốc nghếch/ngớ ngẩn. Các nhà khoa học không thể giải thích làm thế nào một người chưa từng học nhạc lại có thể chơi được Bach hoặc Beethoven một cách hoàn hảo. Họ cũng không thể giải thích những cá nhân có thể nhìn vào một trang đầy những con số và, không có bất kỳ phép tính cụ thể nào, gần như ngay lập tức công bố tổng các con số trên trang. Như thể một phần tâm trí của họ được mở ra trong một lĩnh vực xuất chúng mà chúng ta không thể tiếp cận được. Theo quan điểm của tôi, những khả năng hiếm có này đang tiềm ẩn trong chúng ta.

Các ví dụ khác bao gồm những người đã đến hiện trường vụ tai nạn và bằng cách nào đó có thể nâng một chiếc ô tô hoặc xe tải nặng hàng tấn để giải thoát một người bị mắc kẹt. Khi chúng ta được biến đổi, "trong một khoảnh khắc, trong một cái chớp mắt," chúng ta sẽ di chuyển một cách tự nhiên trong cái mà ngày nay người ta gọi là siêu nhiên. Phép báp têm trong Đức Thánh Linh là bàn đạp vào cõi siêu nhiên của Đức Chúa Trời. Việc vận hành các ân tứ của Đức Thánh Linh như thế (một cách rất hạn chế) tâm trí tự nhiên của chúng ta và Đức Thánh Linh bên trong chúng ta đồng bộ với nhau, để dẫntruyền cho chúng ta sự siêu nhiên.

Sô-phô-ni đã tiên tri về những gì sẽ xảy ra vài trăm năm sau. Tại sao bất kỳ người nào lại từ chối những gì đã được các tiên tri Ê-sai, Sô-phô-ni và Giô-ên nói? Trong thời Tân Ước, Giăng đã viết:

Thưa anh em yêu dấu, hiện bây giờ chúng ta là con cái Đức Chúa Trời; còn chúng ta sẽ như thế nào thì chưa được bày tỏ. Chúng ta biết rằng khi Ngài hiện đến, chúng ta sẽ giống như Ngài, vì chúng ta sẽ thấy Ngài như Ngài vốn có vậy. 1 Giăng 3:2

Khi Chúa Jêsus trở lại trong Sự Cất Lên, chúng ta sẽ được biến đổi, và chúng ta sẽ có thể làm những gì Đấng Christ đã làm sau khi Ngài phục sinh. Chúng ta sẽ có thể biến mất, đi xuyên qua các bức tường, đi trên mặt nước và được phiên dịch, để chúng ta có thể quản trị và trị vì với Ngài. Chúng ta cũng sẽ có thể nói tiếng của các thiên sứ và hiểu hoàn hảo những gì chúng ta đang nói. Ha-lê-lu-gia! Nếu điều đó nghe có vẻ ích lợi với bạn, thì bạn cần học *Làm sao để Sẵn Sàng cho Sự Cất Lên.*

CHƯƠNG 11

THỜI KỲ ĐA-NI-ÊN

Có vẻ như qua nhiều thế kỷ, dân Y-sơ-ra-ên luôn luôn tiến triển từ ăn năn đến tự mãn, từ vâng lời sang không vâng lời, từ ưa thích sang bất bình với Đức Chúa Trời. Vì vậy, vào thời của Giê-rê-mi, Đức Chúa Trời đã phán với nhà tiên tri rằng dân sự của Ngài sẽ lâm vào cảnh nô lệ trong bảy mươi năm. Trong suốt giai đoạn khủng khiếp này, một lần nữa, Đức Chúa Trời đã dấy lên những nhà lãnh đạo đặc biệt (chẳng hạn như Đa-ni-ên và ba người bạn người Hê-bơ-rơ của ông) giống như cách Ngài đã dấy lên Giô-sép và Môi-se, để trở thành người có ảnh hưởng cách kính sợ Chúa và mang lại sự giải cứu cho thế hệ đặc biệt của Dòng Dõi thánh/ được biệt riêng ra. Đa-ni-ên và ba người bạn Hê-bơ-rơ được phong chức bởi Đức Chúa Trời để canh gác bảy mươi năm áp bức này.

Trong Đa-ni-ên 9, khi Đa-ni-ên đang kiêng ăn, mặc vải sô và ngồi trên đống tro, thiên sứ Gáp-ri-ên hiện ra với ông và ban cho ông lời tiên tri đặc biệt nhất về

Đấng Mê-si trong toàn bộ Kinh thánh. Lời tiên tri này báo trước chính năm mà Đấng Mê-si sẽ bị *"trừ đi."* Gáp-ri-ên nói rằng điều này sẽ bắt đầu khi lệnh xây dựng lại thành Giê-ru-sa-lem được đưa ra. Lời tiên tri này không bắt đầu được ứng nghiệm cho đến nhiều năm sau đó. Đức Chúa Trời thậm chí còn sử dụng hai thế lực ngoại đạo khác nhau để sắp đặt mọi thứ diễn tiến để ứng nghiệm lời tiên tri.

Tôi không có nhiều chỗ ở đây để giải thích đầy đủ về lời tiên tri này. Tuy nhiên, tôi sẽ nói rằng lời Chúa phán với Đa-ni-ên về tuần thứ bảy mươi (hoặc tuần cuối) sắp bắt đầu. Tuần thứ bảy mươi được các học giả Kinh thánh gọi là "kỳ Đại nạn." Tôi sẽ cố gắng tóm tắt lời tiên tri mà không đi vào quá nhiều chi tiết:

Đa-ni-ên 9:24

Có bảy mươi tuần lễ đã được ấn định cho dân ngươi
và thành thánh ngươi [Giê-ru-sa-lem],
Để chấm dứt sự vi phạm, ...
Tiêu trừ tội lỗi,
Đền chuộc tội ác,
Đem lại sự công chính đời đời,
Để khải tượng và lời tiên tri được ứng nghiệm, ...
Xức dầu cho Nơi Chí Thánh.

Lịch trình của các sự kiện — tổng cộng 70 tuần: 7 tuần + 62 tuần + 1 tuần cuối cùng — mỗi tuần tiên tri là khoảng thời gian bảy năm.

Vậy ngươi hãy biết và hiểu rằng từ khi lệnh phục hồi và xây [hoặc xây lại] Giê-ru-sa-lem cho đến khi Đấng Chịu Xức Dầu xuất hiện, thì được bảy tuần lễ và sáu mươi hai tuần lễ (tổng cộng là sáu mươi chín tuần của các năm, hoặc 483 năm) (xin xem câu 25). Trong bảy tuần lễ (hay 49 năm) *có đường phố và chiến hào, ngay trong thời kỳ khó khăn* (trong cùng câu).

Trong vòng sáu mươi hai tuần nữa sau khi đường phố và chiến hào/tường thành được xây dựng lại, Đấng Mê-si sẽ bị trừ đi/giết chết. Đó là năm Chúa Jesus bị đóng đinh.

Nhưng không vì có chính mình Ngài ...
Mà vì có dân Ngài (câu 26).

Chúa Jesus bị đóng đinh vào thập tự giá chính xác vào cuối tuần của tuần thứ sáu mươi chín, đúng như lời thiên sứ đã nói với Đa-ni-ên, điều đó sẽ xảy ra.

Câu 26 và 27 nói về sự hoang tàn. "*Quân đội của một thủ lĩnh sắp đến sẽ hủy phá thành và đền thánh.*" Thành Giê-ru-sa-lem đã bị phá hủy vào năm 70 sau Công nguyên, và Đền Thánh cũng bị phá hủy như vậy. Tuy nhiên, chưa đến tuần thứ bảy mươi của các năm, tuần cuối cùng của lời tiên tri Đa-ni-ên 9.

"*Thủ lĩnh ấy sẽ lập giao ước vững bền với nhiều người trong một tuần lễ.*" Anti-Christ/Kẻ chống Đấng Christ là để xác nhận một giao ước với nhiều người trong Y-sơ-ra-ên.

"*Nhưng đến giữa tuần ấy, hắn sẽ ngưng việc dâng sinh tế và tế lễ chay.*" Trong nửa tuần này (ba năm rưỡi), Kẻ chống Đấng Christ sẽ khiến cho việc dâng sinh tế và tế lễ chay buổi chiều tối ngưng lại.

Hầu hết những người dạy về lời tiên tri trong Kinh thánh tin rằng nửa chừng trong Kỳ Đại nạn, Kẻ chống Đấng Christ sẽ vào Đền thờ và gây ra một sự kiện được mô tả là *"điều ghê tởm gây ra cảnh hoang tàn"* (Đa-ni-ên 11:31). Điều này được ám chỉ đến trong Đa-ni-ên 9:27 (*"trên cánh của những điều ghê tởm"*) và cả trong Đa-ni-ên 12:11. Chúa Jesus cũng nói về điều này trong Ma-thi-ơ 24:15 và Mác 13:14.

Thật kinh ngạc khi bạn nhận ra rằng, theo lịch Do Thái, thời gian từ khi được lệnh cho Nê-hê-mi xây dựng lại Giê-ru-sa-lem cho đến khi Đấng Mê-si bị đóng đinh chính xác là 483 năm. Người ta thường cho rằng trong sách Đa-ni-ên, một tuần tương đương với bảy năm. **Bảy tuần cộng với 62 tuần = 69 tuần tiên tri,** và 69 tuần tiên tri nhân với 7 năm tạo nên tổng cộng 483 năm.

Đi đến con số đúng ở đây là phức tạp bởi vì Lịch Gregory có 365 ngày trong một năm, và lịch Do Thái chỉ có 360 ngày mỗi năm, cứ sau vài năm lại có thêm một tháng để bù vào sự khác biệt.

Tôi cũng rất biết rằng sự tính toán này không được giải thích hoặc chứng minh một cách hoàn hảo ở đây. Sự giải nghĩa của tôi được trình bày đơn giản để làm rõ về chuỗi các sự kiện tiên tri. Đức Chúa Trời không cho chúng ta biết ngày chính xác khi một sự kiện tiên tri sẽ bắt đầu, nhưng Ngài cũng không bao giờ bỏ rơi chúng ta mà không có hy vọng.

Bạn có thể thấy, trong Đa-ni-ên 12:25, thiên sứ của Chúa không bao giờ tiên tri về năm Đấng Mê-si sẽ sinh ra, nhưng Ngài đã tiên tri về năm mà sự cứu chuộc sẽ hoàn thành. Không phải là rất tuyệt vời sao! Tôi thấy ở đây ân điển của Đức Chúa Trời được hiển hiện. Không ai (kể cả Sa-tan) có thể biết được năm Đấng Mê-si sẽ sinh ra, nhưng người Do Thái có thể tính được năm chính xác Đấng Mê-si sẽ bị trừ đi vì lời tiên tri này. Có lẽ đó là lý do tại sao An-ne và Si-mê-ôn đang tìm kiếm sự xuất hiện của Đấng Mê-si vào khoảng thời gian Chúa Jesus sinh ra thực sự (xem Lu-ca 2).

Không ai biết năm mà Chúa Jesus Christ sẽ được sinh ra, nhưng năm Ngài sẽ bị "trừ đi" đã được tiên tri hàng trăm năm trước khi Ngài bị đóng đinh. Ngay cả Cai-phe, thầy tế lễ thượng phẩm vào thời điểm đó, cũng ám chỉ điều này trong một cuộc thảo luận về những phép lạ mà Chúa Jesus đã làm:

Nhưng một người trong số họ là Cai-phe, thầy tế lễ thượng phẩm trong năm ấy, nói với họ: "Các ông chẳng biết gì cả! Các ông không hiểu rằng, thà để một người chết thay cho dân, còn hơn cả dân tộc phải bị hủy diệt."
Ông ta không tự nói điều đó, nhưng vì là thầy tế lễ thượng phẩm trong năm ấy, nên ông ta nói tiên tri về Đức Chúa Jêsus sẽ vì dân chịu chết, không phải chỉ vì dân tộc nầy mà thôi, nhưng cũng để quy tụ những con

cái của Đức Chúa Trời bị tan lạc lại làm một. Từ ngày ấy, họ lập mưu để giết Ngài. Giăng 11:49-53

BOOM!

Đúng, Cai-phe là thầy tế lễ thượng phẩm, nhưng ông quan tâm đến những phân nhánh chính trị hơn là với sự xuất hiện của Đấng Mê-si. Thậm chí, ông có thể không hiểu rằng lời tiên tri này trong Đa-ni-ên đang ám chỉ đến Đấng Mê-si. Quan trọng nhất, ông không muốn vị trí của mình, tức là Thầy Tế lễ Thượng Phẩm, bị đe dọa bởi chính quyền La Mã.

Ồ! **Sáu mươi chín tuần đã được ứng nghiệm, và bây giờ chúng ta đang chờ đợi tuần thứ bảy mươi của Đa-ni-ên bắt đầu.** Tôi muốn viết chi tiết về vấn đề này như thế nào, nhưng tôi phải tập trung vào chủ đề hiện tại. Các học giả Kinh Thánh trên khắp thế giới đồng ý rằng tuần thứ bảy mươi của Đa-ni-ên sẽ báo hiệu sự bắt đầu của Kỳ Đại nạn.

Ngay cả Chúa Jesus, trong Lu-ca 4:16-20, sau khi tìm thấy một vị trí cụ thể của lời tiên tri trong Ê-sai 61:1-2, đã dừng lại trước khi đọc xong câu 2, bỏ đi phần nói, *"ngày báo thù của Đức Chúa Trời chúng ta."* Ông trích dẫn Ê-sai:

Thần của Chúa Giê-hô-va ngự trên Ta, vì Đức Giê-hô-va đã xức dầu cho Ta để giảng tin lành cho người nghèo. Ngài sai Ta đến để rịt lành những tấm lòng tan vỡ; để công bố tự do cho kẻ bị bắt giữ, và cho những người bị cầm tù được ra khỏi ngục; để công bố năm thi ân của Đức Giê-hô-va.

Sau khi Chúa Jesus đọc đoạn Kinh Thánh này từ Ê-sai, Ngài đóng sách lại, đưa cho thầy dạy luật và ngồi xuống, công bố rằng: **"Hôm nay lời Kinh Thánh mà các ngươi vừa nghe đã được ứng nghiệm"** (Lu-ca 4:21). Ngài cố tình bỏ qua đề cập đến tuần thứ bảy mươi—*"ngày báo thù của Đức Chúa Trời chúng ta."*

Khi Chúa Jesus bị đóng đinh trên thập tự giá, tuần tiên tri thứ sáu mươi chín đã kết thúc. **Tuần thứ bảy mươi của Đa-ni-ên sẽ được giữ lại trong hai nghìn năm, thậm chí có thể cho đến tận ngày của chúng ta.**

Đa-ni-ên đọc trong lời tiên tri của Giê-rê-mi rằng dân Y-sơ-ra-ên sẽ bị giam cầm trong bảy mươi năm. Vào thời điểm đó, ông đã là một lão niên cao tuổi, có thể vào những năm của tuổi tám mươi. Ông từng là một thanh niên khi ông bị đưa đi lưu đày. Ông là người cùng thời với Nê-hê-mi, E-xơ-ra, Ê-xơ-tê, Xa-cha-ri, và Sô-phô-ni.

Đoạn Kinh Thánh sau là câu chuyện Đa-ni-ên kể về việc thiên sứ của Chúa phán về bảy mươi tuần của lời tiên tri được chép trong Chương 9 của cuốn sách mang tên ông. Tôi sẽ đi vào chi tiết hơn về lời tiên tri này trong phần sau của cuốn sách. Hiện tại, tôi muốn trích dẫn toàn bộ lời tiên tri ở đây để bạn có thể đọc toàn bộ.

Tôi tiếp tục thưa chuyện và cầu nguyện, xưng nhận tội lỗi của tôi cũng như tội lỗi dân Y-sơ-ra-ên tôi và trình dâng trước mặt Giê-hô-va Đức Chúa Trời tôi lời khẩn nguyện cho núi thánh của Đức Chúa Trời tôi. Khi tôi đang dâng lời cầu nguyện, thì Gáp-ri-ên, người mà tôi đã thấy trong khải tượng đầu tiên, bay nhanh đến bên tôi vào giờ dâng sinh tế buổi chiều. Người dạy dỗ tôi và nói với tôi: "Hỡi Đa-ni-ên, bây giờ ta đến để ban sự khôn ngoan và hiểu biết cho ngươi. Ngay khi ngươi bắt đầu cầu xin thì lời đã ban ra, và ta đến để công bố lời đó cho ngươi, vì ngươi rất được yêu quý. Vậy hãy suy nghĩ lời đó và hiểu rõ khải tượng.

Có bảy mươi tuần lễ đã được ấn định cho dân ngươi và thành thánh ngươi để chấm dứt sự vi phạm, tiêu trừ tội lỗi, đền chuộc tội ác và đem lại sự công chính đời đời, để khải tượng và lời tiên tri được ứng nghiệm, và xức dầu cho Nơi Chí Thánh. Vậy ngươi hãy biết và hiểu rằng từ khi lệnh phục hồi và xây lại Giê-ru-sa-lem cho đến khi Đấng Chịu Xức Dầu xuất hiện, thì được bảy tuần lễ và sáu mươi hai tuần lễ. Thành đó sẽ được xây lại, có đường phố và chiến hào, ngay trong thời kỳ khó khăn.

Sau sáu mươi hai tuần lễ ấy, Đấng Chịu Xức Dầu sẽ bị trừ đi và sẽ không có gì cả. Quân đội của một thủ lĩnh sắp đến sẽ hủy phá thành và đền thánh. Sự cuối cùng sẽ đến như nước lụt. Chung cuộc chiến tranh sẽ xảy ra, cảnh hoang tàn đã được ấn định. Thủ lĩnh ấy sẽ lập giao ước vững bền với nhiều người trong một tuần lễ. Nhưng đến giữa tuần ấy, hắn sẽ ngưng việc dâng sinh tế và tế lễ chay. Kẻ hủy phá sẽ đến trên cánh của những điều ghê tởm cho đến kỳ hủy diệt cuối cùng đã được ấn định giáng trên kẻ hủy phá."   Đa-ni-ên 9:20-27

Nhiều học giả Kinh Thánh tin rằng trong Đa-ni-ên 12, thiên sứ đã tiên tri về sự kết thúc của Kỳ Đại nạn. Chúng ta không biết khi nào Đại Nạn sẽ bắt đầu; tuy nhiên, thiên sứ nói rằng từ thời điểm hoang tàn ghê tởm được thiết lập trong Đền thờ cho đến khi kết thúc đại nạn là chính xác 1,290 ngày, hoặc ba năm rưỡi. Một lần nữa, trong những thời điểm nguy nan, Chúa cho chúng ta ngày kết thúc của những thời điểm đó. Ngài không bao giờ lìa bỏ chúng ta mà không có hy vọng.

Bây giờ, chúng ta sẽ thảo luận về những người cùng thời với Đa-ni-ên, và khi chúng ta làm, hãy ghi nhớ trọng tâm của sách này và để Đức Chúa Trời chỉ cho bạn bằng Thánh Linh Ngài *Làm sao để Sẵn sàng cho Sự Cất Lên.*

CHƯƠNG 12

BA THỜI KỲ LỊCH SỬ KHÁC

Thời kỳ Nê-hê-mi

Không phải những người có địa vị tôn giáo cao trọng mà Đức Chúa Trời đã chọn để bắt đầu những sự kiện này và đưa dòng dõi Do Thái thoát khỏi cảnh bị giam cầm. Thay vào đó, Đức Chúa Trời sử dụng một vị vua ngoại bang, Ạt-ta-xét-xe, để bắt đầu đồng hồ thời gian tiên tri cho bảy mươi tuần lễ của Đa-ni-ên. Sau đó, Đức Chúa Trời ban ân huệ đơn sơ cho người dâng rượu Do Thái với người cai trị Ba-by-lôn. Đó không phải là một nhà tiên tri, một thầy tế lễ, hay một lãnh đạo Do Thái, mà là Nê-hê-mi, người dâng rượu của nhà vua, người nhận lãnh được sự cho phép, các tài nguyên và mệnh lệnh để xây dựng lại các bức tường thành Giê-ru-sa-lem. Nê-hê-mi cũng mang một bức thư do nhà vua viết cho các thống đốc lân cận bảo họ cho phép ông làm công việc này và cung cấp cho ông những vật liệu cần thiết.

Vào khoảng năm 450 trước Công nguyên, Nê-hê-mi

nhận được sự cho phép quay trở lại Giê-ru-sa-lem và xây dựng lại thành. Đó là thời điểm chính xác khi đồng hồ thời gian tiên tri của Đức Chúa Trời bắt đầu tích tắc đếm ngược cho Dòng Dõi của người nữ được sinh ra và công cuộc cứu chuộc loài người hoàn thành.

Theo dòng thời gian, khi Nê-hê-mi bắt đầu chia sẻ sứ mệnh của mình với các thống đốc bên kia sông, lời về sứ mệnh này được truyền ra cho những người được Sa-tan giao nhiệm vụ trấn giữ sự đổ nát thành Giê-ru-sa-lem. Hai người đàn ông, San-ba-lát và Tô-bi-gia, ngay lập tức bắt đầu gây rắc rối cho Nê-hê-mi. Khi Nê-hê-mi chia sẻ sứ mệnh của mình với các lãnh đạo Do Thái, hãy lưu ý những điều sau:

Tôi nói với họ: "Anh em thấy chúng ta đang lâm vào cảnh khốn khổ, Giê-ru-sa-lem bị phá hủy và các cổng thành bị lửa thiêu đốt. Hãy đến, chúng ta hãy xây lại tường thành Giê-ru-sa-lem để chúng ta không còn bị sỉ nhục nữa." Tôi cũng thuật cho họ thế nào bàn tay nhân lành của Đức Chúa Trời đã giúp đỡ tôi và các lời vua đã nói với tôi. Họ nói: "Nào, chúng ta hãy khởi công xây dựng lại ngay đi!" Vậy họ mạnh dạn bắt tay vào công việc tốt đẹp nầy.

San-ba-lát, người Hô-rôn, Tô-bi-gia là triều thần người Am-môn và Ghê-sem người Ả-rập nghe việc đó thì chế giễu và cười nhạo chúng tôi. Chúng nói rằng: "Các ngươi làm gì đấy? Các ngươi muốn phản nghịch vua sao?"

Tôi trả lời với chúng rằng: "Đức Chúa Trời của các tầng trời sẽ giúp chúng tôi thành công. Chúng tôi là đầy tớ Ngài sẽ khởi công xây dựng lại, nhưng các ông thì không có phần hoặc có quyền lưu dấu gì ở Giê-ru-sa-lem cả." Nê-hê-mi 2:17-20

Cũng để ý xem những người đàn ông này là ai. Đó là: San-ba-lát, người Hô-rôn, Tô-bi-gia, người Am-môn, và Ghê-sem, một người Ả Rập. Tôi không biết người Ả Rập là ai, nhưng hai người kia là một phần của DNA bị nhiễm độc, những người bị Sa-tan điều khiển để cản trở một sự kiện tiên tri rất cần thiết để đưa Đấng Mê-si, người có DNA hoàn toàn thuần khiết về dòng dõi A-đam.

Thời kỳ E-xơ-ra

Cũng trong khoảng thời gian này, E-xơ-ra được Chúa đưa đến để thách thức dòng dõi Do Thái phấn hưng. Hơn nữa, bây giờ chúng ta sẽ hiểu tại sao Đức Chúa Trời yêu cầu tất cả mọi người nam Y-sơ-ra-ên phải loại bỏ những người vợ ngoại bang của họ. Đức Chúa Trời đặc biệt chỉ rõ về những người nữ Ai Cập. Ngoài ra, hãy lưu ý những "giống dân" được liệt kê trong E-xơ-ra 9: 1-2 bên dưới.

Vua Đa-ri-út đã lệnh E-xơ-ra quay trở lại Giê-ru-sa-lem và xây dựng lại đền thờ của người Do Thái. E-xơ-ra đã xây dựng lại bàn thờ, nhưng ông đã thất bại trong việc xây dựng lại phần còn lại của ngôi đền vì sự phản kháng của cư dân địa phương. Người dân địa phương rất vui khi được sống với tình trạng hiện tại của họ. Tuy nhiên, khi E-xơ-ra trở lại Giê-ru-sa-lem, ông đã có thể giải quyết một vấn đề lớn liên quan đến xã hội Do Thái. DNA bị nhiễm bẩn, do đường lối sống theo ý riêng của người Do Thái, phải được xử lý. E-xơ-ra đã viết:

Sau các việc ấy, những người lãnh đạo đến nói với tôi: "Dân Y-sơ-ra-ên, kể cả những thầy tế lễ và người Lê-vi đều không sống tách biệt với các dân tộc trong xứ, nhưng bắt chước theo những tập tục ghê tởm của <u>dân Ca-na-an, dân Hê-tít, dân Phê-rê-sít, dân Giê-bu-sít, dân Am-môn, dân Mô-áp, dân Ai Cập, và dân A-mô-rít</u>. Họ và con trai họ đã lấy con gái chúng làm vợ, <u>làm cho dòng dõi thánh đã bị pha</u> trộn với các dân tộc trong xứ. Chính các viên chức và những người lãnh đạo lại là những kẻ phạm tội nặng nhất." E-xơ-ra 9:1-2

BOOM!

Hãy để ý câu 2 chỉ rõ rằng họ đã trộn lẫn dòng dõi của họ với dân của những vùng đất đó. Những người nam thời đó đã đồng ý với những trưởng lão, và họ đã ngồi xuống trong khoảng thời gian nhiều tuần để quyết định cách giải quyết nan đề này. Hầu hết các học giả Kinh Thánh đồng ý rằng sau đó họ gặp người vợ ngoại bang để ly hôn và dàn xếp với họ, để những người nữ này có thể rời đi. Do đó, vấn đề đã được kết thúc, và Đức Chúa Trời cùng dân sự Ngài đã vượt qua tình huống khó khăn nhất này.

Cần phải nhấn mạnh lại rằng nan đề thực sự là sự trộn lẫn dòng giống của dân sự với những người nữ ngoại bang, do đó có khả năng đưa DNA bị ô uế vào dòng dõi của Đấng Christ.

Thời kỳ Ê-xơ-tê: Sự Cứu Chuộc của Dòng dõi Thánh

Không cần phải nói, câu chuyện về Ê-xơ-tê là một câu chuyện khác cho thấy cách Đức Chúa Trời bảo vệ dòng dõi dân tộc Do Thái cho sự xuất hiện của Đấng Mê-si. Câu chuyện lịch sử về dân Y-sơ-ra-ên, xuyên suốt lịch sử, là câu chuyện về Đức Chúa Trời bảo tồn dòng dõi Do Thái mà Sa-tan đã không ngừng cố gắng tiêu diệt. Ngay cả sau khi Đấng Mê-si đến, Do Thái vẫn quan trọng đối với Đức Chúa Trời. Mối quan tâm của Ngài không chỉ là bảo tồn dân tộc Do Thái, mà còn bảo tồn toàn vẹn Giao ước Áp-ra-ham và Lời Chúa.

Trong suốt lịch sử, Sa-tan tiếp tục cố gắng làm cho Lời Đức Chúa Trời thất bại. Hắn đã thực hiện một nỗ lực thủ đoạn để tiêu diệt dân tộc Do Thái, ngăn cản Sáng thế ký 3:15 được ứng nghiệm. Như chúng ta đã thấy, đây là trận chiến các thời đại, và mục tiêu là (và tiếp tục là) sự phá hủy DNA thuần khiết của loài người. Một lý do khiến tôi tin rằng có Đức Chúa Trời là vì vẫn còn những người Do Thái sống trong thế giới của chúng ta, và rất nhiều người trong số họ Chúa đã gìn giữ một cách kỳ diệu.

Nhân vật tiếp theo trong câu chuyện của nhiều thế

kỷ là Xa-cha-ri. Khi chúng ta nghiên cứu về ông và sự dự phần của ông trong đó, hãy nhớ trọng tâm của chúng ta là: *Làm sao để Sẵn sàng cho Sự Cất Lên.*

CHƯƠNG 13

THỜI KỲ XA-CHA-RI
MỘT KHẢI TƯỢNG ĐẶC BIỆT
NHỮNG NGÀY SAU RỐT

Khoảng trước năm thứ tư dưới triều đại của Vua Đa-ri-út, thiên sứ của Chúa hiện ra với Xa-cha-ri và họ có những lời trao đổi sau:

Tôi lại ngước mắt lên nhìn và thấy có một cuốn sách đang bay.

Thiên sứ hỏi tôi: "Ngươi thấy gì?" Tôi đáp: "Tôi thấy một cuốn sách đang bay, chiều dài sách khoảng chín mét, chiều ngang khoảng bốn mét rưỡi."

Thiên sứ bảo tôi: "Ấy là sự rủa sả tuyên ra cho khắp mặt đất. Chiếu theo một mặt của sách ấy, bất cứ ai trộm cắp sẽ bị dứt khỏi đây; và chiếu theo mặt kia của sách ấy, bất cứ ai thề dối sẽ bị dứt khỏi đây."

Đức Giê-hô-va vạn quân phán: "Ta sẽ khiến cuốn sách nầy đi ra, nó sẽ vào nhà kẻ trộm và vào nhà kẻ nhân danh Ta mà thề dối. Nó sẽ ở lại trong nhà kẻ ấy và sẽ thiêu hủy nhà ấy, cả gỗ lẫn đá."

Xa-cha-ri 5:1-4

Một đêm nọ, tôi được khuấy động trong Thánh Linh và thấy câu Kinh Thánh này trở nên sống động. Tôi chỉ đề cập đến điều này bởi vì nó liên quan đến Dấu Ấn của Con Thú và DNA của loài người. Một buổi chiều nọ, anh trai Mike của tôi đã hỏi tôi một câu hỏi rất thú vị. Khi đang suy ngẫm về câu hỏi của anh ấy, tôi thấy Xa-cha-ri 5 tập trung vào và hiểu điều này có thể ám chỉ đến Dấu Ấn của Con Thú như thế nào.

Mike đã hỏi tôi liệu có hai tội không thể tha thứ không, và tôi đã trả lời anh ấy rằng chỉ có một tội lỗi không thể tha thứ — tội báng bổ Đức Thánh Linh! Sau đó, anh ấy hỏi: "Vậy tại sao nếu một người cầm Dấu Ấn ở tay phải hoặc trán của mình, người đó không thể đơn giản cắt nó ra khỏi da hoặc cạo nó ra khỏi da và ăn năn? Tại sao sách Khải Huyền lại nói rằng một khi một người nhận Dấu Ấn, họ sẽ bị diệt vong mãi mãi?"

Đoạn văn anh ấy đề cập đến là trong sách Khải huyền 14:

Một thiên sứ khác, là vị thứ ba theo sau, nói lớn tiếng rằng: "Nếu người nào thờ lạy con thú cùng hình tượng nó và nhận dấu trên trán hay trên tay mình, thì người ấy sẽ uống rượu thịnh nộ không pha của Đức Chúa Trời rót vào chén thịnh nộ của Ngài, sẽ bị đau đớn trong lửa và lưu huỳnh trước mặt các thiên sứ thánh và trước mặt Chiên Con. Khói sự đau đớn của họ cứ bay lên đời đời. Những người thờ lạy con thú cùng hình tượng nó, và bất cứ ai nhận dấu của tên nó thì ngày hay đêm đều không được an nghỉ."

Khải huyền 14:9-11

Dòng lý luận đó của anh trai khiến tôi suy nghĩ: *Tại sao một người không thể gỡ bỏ Dấu của Con Thú và ăn năn? Có thể nào đó sẽ là một điều gì đó xảy ra với một người khi họ sẵn sàng nhận lấy Dấu?* Đó là khi Đức Thánh Linh thì thầm vào tai tôi và khiến tôi nhớ đến thiên sứ của Chúa đang phán với Xa-cha-ri trong một cuộc trao đổi rất khác thường. Đây là điều mà Thánh Linh của Đức Chúa Trời đã mở mắt cho tôi thấy:

Trong Xa-cha-ri 5: 2, thiên sứ của Chúa hỏi Xa-cha-ri ông đã thấy gì. Xa-cha-ri trả lời: *"Tôi thấy một cuộn bay; chiều dài của nó là hai mươi cubit, và bề rộng của nó là mười cubit."* "Cuộn" mà Xa-cha-ri nhìn thấy là một cuộn giấy. Nó rộng 4,5 mét (15 feet) và cao 9 mét (30 feet), và nó trông như có một đôi cánh. Kích thước này rất gần với nhiều vệ tinh quỹ đạo thấp đang quay quanh Trái đất ngày nay trong không gian (xem hình ở trang tiếp theo).

Có nhiều hình dạng khác nhau của vệ tinh. Một số trông giống như một cuộn giấy khi chúng được mở rộng với tấm pin mặt trời. Chính những tấm pin mặt trời này đã làm cho tất cả các vệ tinh dường như có cánh.

111

Vài thập kỷ trước, Motorola đã đặt khoảng ba trăm vệ tinh xung quanh Trái đất ở quỹ đạo thấp, để chúng có thể bao phủ tất cả các khu vực có người sinh sống trên hành tinh. Các vệ tinh này ở độ cao từ ba đến năm trăm dặm so với bề mặt Trái Đất.

Ban đầu, các vệ tinh đã được đặt trong quỹ đạo ở độ cao hơn 22.000 dặm so với bề mặt Trái Đất để chúng có thể ở trong một khu vực và vẫn đồng bộ hóa với chuyển động quay của Trái Đất trên trục của nó. Chúng phải ở độ cao đó để có thể ở ổn định trong không gian vũ trụ và không bị rơi ra không gian sâu thẳm hoặc bị rơi trở lại Trái đất. Đó là vị trí hoàn hảo để lực hút của Trái đất giữ chúng ở quỹ đạo hoàn hảo.

Vấn đề với sự sắp xếp này là mất quá nhiều thời gian để một tín hiệu truyền đi quãng đường đó và đưa trở lại Trái đất. Nó cũng yêu cầu sử dụng một đĩa rất lớn để nhận tín hiệu từ sâu trong không gian đó. Do đó, các nhà khoa học đã nảy ra ý tưởng đặt vị trí các vệ tinh gần hơn nhiều với Trái đất. Bằng cách này, chúng có thể đáp ứng các nhiệm vụ như sử dụng GPS với các đĩa nhỏ hơn nhiều. Kế hoạch mới này bao gồm việc tạo ra các vệ tinh đi vào quỹ đạo Trái đất thấp hơn với tốc độ cao hơn nhiều và truyền tín hiệu liên lạc một cách suôn sẻ cho vệ tinh có sẵn tiếp theo. Điều này giữ cho thông tin không bị mất.

Trong hình vẽ sau, hãy xem sự thẳng hàng của các vệ tinh trong quỹ đạo Trái đất thấp (LEO).

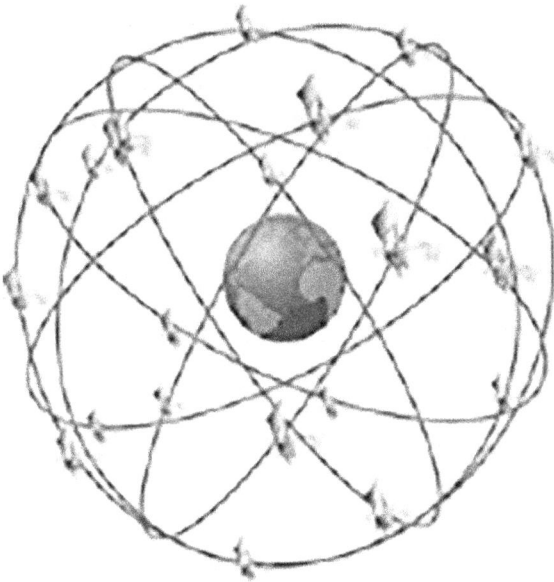

Thiên sứ của Chúa phán cùng Xa-cha-ri:

Thiên sứ bảo tôi: "Ấy là sự rủa sả tuyên ra cho khắp mặt đất. Chiếu theo một mặt của sách ấy, bất cứ ai trộm cắp sẽ bị dứt khỏi đây; và chiếu theo mặt kia của sách ấy, bất cứ ai thề dối sẽ bị dứt khỏi đây."

Xa-cha-ri 5:3

Chúa cho tôi thấy một ngày nào đó hệ thống vệ tinh hiện tại sẽ có khả năng, không chỉ theo dõi một người, mà còn ghi lại mọi nơi mà người đó đã đi qua trong khoảng thời gian nhiều ngày. Ngoài ra, giọng nói của người đó sẽ được ghi lại và các bản ghi âm được lưu trữ trong thời gian dài trên chip hoặc bất kỳ công cụ nào được sử dụng để tô điểm cho Dấu của Con thú. Tất cả những gì nhà chức trách sẽ phải làm là quét Dấu để xác minh vị trí của một người tại bất kỳ thời điểm nào, chẳng hạn như trong một vụ cướp.

Ngoài ra, vệ tinh sẽ ghi lại trên Dấu của bạn mọi lời nói trong ít nhất từ ba đến sáu tháng qua, để bất cứ điều gì được nói ra tại bất kỳ hiện trường vụ án nào đều có thể được sử dụng làm bằng chứng chống lại bạn.

Điều này đưa tôi trở lại chủ đề hiện tại — DNA của loài người và nỗi ám ảnh của Sa-tan về việc tiêu diệt nó. Sách Khải Huyền nói rõ rằng mỗi người nhận lấy Dấu của Con Thú sẽ bị đưa xuống Địa ngục vĩnh viễn!

Một thiên sứ khác, là vị thứ ba theo sau, nói lớn tiếng rằng: "Nếu người nào thờ lạy con thú cùng hình tượng nó và nhận dấu trên trán hay trên tay mình, thì người ấy sẽ uống rượu thịnh nộ không pha của Đức Chúa Trời rót vào chén thịnh nộ của Ngài, sẽ bị đau đớn trong lửa và lưu huỳnh trước mặt các thiên sứ thánh và trước mặt Chiên Con. Khói sự đau đớn của họ cứ bay lên đời đời. Những người thờ lạy con thú cùng hình tượng nó, và bất cứ ai nhận dấu của tên nó thì ngày hay đêm đều không được an nghỉ."

Khải huyền 14:9-11

Tôi thấy con thú và các vua trên đất cùng với quân đội của họ tập trung lại để tranh chiến với Đấng cưỡi ngựa và quân đội của Ngài. Nhưng con thú bị bắt, và tiên tri giả — kẻ đã thực hiện những dấu lạ trước mặt con thú, để lừa dối những người đã nhận dấu của con thú và những người thờ lạy hình tượng nó — cũng bị bắt. Cả hai đều bị quăng sống xuống hồ lửa lưu huỳnh đang bừng cháy.   Khải huyền 19:19-20

Cùng với dòng lý luận này, tôi tin rằng tất cả những người lấy Dấu của Con Thú sẽ bị thay đổi DNA trong cơ thể của họ để họ không còn là con người hoàn toàn nữa. **BOOM!**

Nếu không, tại sao họ không thể tháo Con Dấu ra và ăn năn? Hãy xem xét những từ chính được Chúa Jesus nói:

Trong thời Nô-ê thể nào thì trong ngày Con Người cũng thể ấy: Người ta ăn uống, cưới gả, cho đến ngày Nô-ê vào tàu... . Lu-ca 17:26-27

Ai đã kết hôn vào thời Nô-ê? Các thiên sứ sa ngã kết hôn lẫn lộn với loài người để phá hủy DNA của loài người, trong nỗ lực giữ cho Dòng Dõi người nữ không giày đạp đầu của Sa-tan. Chúa Jesus đã nói, "Khi Con người trở lại, sẽ có một nỗ lực khác để cố gắng tiêu diệt dòng dõi nhân loại."

Dấu của Con Thú sẽ khiến tất cả những ai nhận được nó trở nên xấu xa. Con người sẽ trở nên tuyệt vọng khi phá hủy kế hoạch của Chúa ở trên Đất, giống như những người khổng lồ trong sách Sáng thế. Vì việc nhận lấy dấu sẽ ngăn họ vào Thiên đàng, họ sẽ không còn gì để mất!

Hãy nhớ những gì Chúa đã nói:

Đức Giê-hô-va thấy sự gian ác của loài người lan tràn trên mặt đất và chúng chỉ luôn toan tính những mưu đồ xấu xa. Sáng Thế Ký 6:5

Nếu DNA của họ bị thay đổi, họ sẽ giống như những người Nê-phi-lim (người khổng lồ) là những sinh vật bán linh hồn và được mô tả là những người có suy nghĩ "luôn toan tính những mưu đồ xấu xa."

BOOM!

Tóm lại, Dấu của Con thú sẽ truyền sang thành lời nguyền rủa trải dài toàn bộ bề mặt Trái đất để mọi người có Con Dấu có thể bị theo dõi, bị ghi âm giọng nói và DNA của mỗi người đã thay đổi, do đó họ không còn là một trăm phần trăm con người nữa.

Tôi tin rằng sự thay đổi DNA này sẽ được giới thiệu cho toàn nhân loại như một phương tiện để kéo dài tuổi thọ của họ từ hai mươi lăm đến năm mươi năm. Người ta nói rằng sự thay đổi này sẽ giúp các bác sĩ dễ dàng chữa khỏi bệnh tật thông qua DNA của một người. Rồi thì, các bác sĩ sẽ lấy DNA từ trái tim của một người, sửa chữa nó và sau đó đưa nó trở lại cơ quan bị tổn thương để sửa chữa tổn thương. Không một tuần nào trôi qua mà chúng ta không nghe thấy tin tức về ai đó đã giả mạo DNA của chúng ta.

Cách đây không lâu, tôi đọc được thông tin rằng các nhà khoa học đang hy vọng giới thiệu một loại vắc-xin để tiêu diệt vi-rút Covid-19 sẽ phát triển trong cơ thể chúng ta gắn vào xương gần nơi vắc-xin được đưa vào.

BOOM!

Điều này sẽ làm cho nó hiệu quả vĩnh viễn và ngăn chúng ta nhiễm vi-rút lần nữa. Tôi không biết điều này có đúng không, nhưng nếu điều này là có thể xảy ra, thì sẽ dễ dàng nhận ra DNA của chúng ta có thể bị ảnh hưởng xấu như thế nào.

BOOM!

Tất cả nó có nghĩa gì? Điều đó có nghĩa là sự tái lâm của Chúa Jesus đang đến gần hơn bao giờ hết và bạn và tôi cần phải học *Làm sao để Sẵn Sàng cho Sự Cất Lên*.

CHƯƠNG 14

THỜI KỲ MA-LA-CHI
LỜI TUYÊN BỐ CỦA SỰ RỦA SẢ

Theo thứ tự thời gian, lời tiên tri của Ma-la-chi xuất hiện ngay sau lời tiên tri của Xa-cha-ri và Nê-hê-mi. Xa-cha-ri viết từ năm 520 đến năm 518 trước Công nguyên. Nê-hê-mi viết sách vào năm 415 và mất năm 405 trước Công nguyên. Ma-la-chi sinh năm 424 và viết sách của mình vào khoảng năm 397 trước Công nguyên.

Trong Ma-la-chi 4:5-6, nhà tiên tri đã đưa ra một trong những lời tiên tri sâu sắc/uyên thâm nhất từng được viết. Ông nói rằng "trước khi ngày lớn và đáng sợ của Đức Giê-hô-va đến," Chúa sẽ sai nhà tiên tri Ê-li đến và sẽ làm cho lòng cha ông trở lại cùng con cháu, lòng con cháu trở lại cùng cha ông *"kẻo [Ngài] đến lấy sự nguyền rủa mà đánh đất nầy chăng."* Vì lý do này, trong Lễ Vượt Qua, người Do Thái đặt thêm một chỗ trên bàn cho Ê-li. Họ tin rằng khi người đến, chắc chắn Đấng Mê-si sẽ đi theo.

Chúa Jesus đã được hỏi về lời tiên tri này:

Rồi họ hỏi Ngài: "Tại sao các thầy thông giáo lại nói rằng Ê-li phải đến trước?" Ngài đáp: "Thật Ê-li phải đến trước để phục hồi mọi việc. Còn lời chép về Con Người rằng Ngài phải chịu nhiều đau khổ và bị ngược đãi thì thể nào? Nhưng Ta nói cho các con biết, Ê-li đã đến rồi, và người ta đã đối xử với người theo ý họ, đúng như lời đã chép về người vậy."

Mác 9:11-13

Chúa Jesus cũng công bố rằng:

Từ ngày Giăng Báp-tít cho đến bây giờ, vương quốc thiên đàng chịu áp lực dữ dội, và kẻ cường bạo muốn chiếm lấy vương quốc ấy. Vì tất cả các nhà tiên tri và luật pháp đã nói tiên tri cho đến thời Giăng. Nếu các ngươi muốn chấp nhận thì ông ấy chính là Ê-li, người phải đến. Ai có tai, hãy lắng nghe!

Ma-thi-ơ 11:12-15

Hãy lưu ý một lần nữa hai câu cuối trong sách Cựu Ước:

Nầy, Ta sẽ sai nhà tiên tri Ê-li đến với các con trước khi ngày lớn và đáng sợ của Đức Giê-hô-va đến. Người sẽ làm cho lòng cha ông trở lại cùng con cháu, lòng con cháu trở lại cùng cha ông, kẻo Ta đến lấy sự rủa sả mà đánh đất nầy chăng.

Ma-la-chi 4:5-6

Chúng ta ngày nay đã được dạy rằng chúng ta đang sống ở trong Thời kỳ Ân điển, nhưng Đức Chúa Trời gọi khoảng thời gian này sau khi Chúa Jesus bị chối bỏ là một sự rủa sả. Ê-li đã đến, và Thầy Tế Lễ Cả biết rất rõ. Nhưng, dầu vậy, những người mà Chúa Jesus tìm đến đầu tiên, tuyển dân của Ngài, đã chối bỏ món quà ân điển và yêu thương này từ Đức Chúa Cha.

Một lần nữa, tôi dẫn chứng lại cho bạn những gì tôi đã trích dẫn trước đó trong cuốn sách:

Nhưng một người trong số họ là Cai-phe, thầy tế lễ thượng phẩm trong năm ấy, nói với họ: "Các ông chẳng biết gì cả! Các ông không hiểu rằng, thà để một người chết thay cho dân, còn hơn cả dân tộc phải bị hủy diệt." Ông ta không tự nói điều đó, nhưng vì là thầy tế lễ thượng phẩm trong năm ấy, nên ông ta nói tiên tri về Đức Chúa Jêsus sẽ vì dân chịu chết. Giăng 11:49-51

Lời tiên tri của Đa-ni-ên rõ ràng về năm chính xác Đấng Mê-si sẽ bị giết đi. Chỉ những thầy tế lễ ưu tú mới được phép học sách Đa-ni-ên. Cai-phe đã nhận biết về lời tiên tri trong sách Đa-ni-ên 9. Ông đã đề cập đến nó khi ông đưa ra lời xác nhận này. Bút sa thì gà chết, và việc chối bỏ Chúa Jesus đã hoàn tất.

Trong Ma-thi-ơ 27: 24-25, khi Phi-lát rửa tay để biểu thị rằng ông vô tội trước việc Chúa Jesus bị đóng đinh trên thập tự giá, người Do Thái hét lên: *"Xin huyết của người đổ trên chúng tôi và con cháu chúng tôi"* (câu 25). Vào thời điểm đó, thế gian đã thực sự mở ra cánh cửa cho Thời kỳ Tối tăm bắt đầu khoảng bốn trăm năm sau đó. Thời kỳ Phục hưng mãi đến thế kỷ mười lăm hay mười sáu mới bắt đầu. Nhưng, theo Ma-la-chi 4: 6, chúng ta đã phải chịu một sự rủa sả, không phải ân điển, trong hai ngàn năm qua.

Nếu như, vào Ngày Lễ Ngũ Tuần, những lãnh đạo dân Do Thái tiếp nhận lời rao giảng của Phi-e-rơ công bố Chúa Jesus là Đấng Mê-si và ăn năn, thì Đức Chúa Trời có thể rút ngắn thời gian, và Kỳ Đại nạn có thể đã bắt đầu. Nếu điều đó xảy ra, trong vòng bảy năm, nhân loại đã có thể ở trong kỳ Một ngàn năm. Chúng ta sẽ không bao giờ biết nếu điều đó có thể xảy ra. Tuy nhiên, chúng ta biết rằng hơn hai nghìn năm này đã bị Sa-tan che giấu bởi vì sứ đồ Phao-lô đã viết:

Nhưng chúng tôi rao giảng sự khôn ngoan, mầu nhiệm và kín giấu của Đức Chúa Trời, điều đã được Đức Chúa Trời định sẵn từ trước các thời đại cho sự vinh quang của chúng ta. Không có nhà lãnh đạo nào của đời nầy biết được điều đó, vì nếu biết, họ đã không đóng đinh Chúa vinh quang vào thập tự giá.   1 Cô-rinh-tô 2:7-8

BOOM!

Ở đây sứ đồ Phao-lô nói rõ rằng Đức Chúa Trời đã giấu điều mầu nhiệm này khỏi Sa-tan, vì ông đã viết, *"vì nếu biết, họ đã không đóng đinh Chúa vinh quang vào thập tự giá!"* Bất chấp điều đó, thế gian đã trải qua một thời kỳ cực kỳ tối tăm, trong đó Lời Chúa gần như bị phá hủy khỏi mặt đất. Nó đã được giấu kín với những người bình thường. Các nghi lễ tôn giáo được nói bằng tiếng La-tinh, mà chỉ các linh mục có thể hiểu được.

Bất chấp chiến lược của Sa-tan, Đức Chúa Trời đã giữ gìn Lời Ngài, sử dụng chính hệ thống mà Sa-tan đang sử dụng để cố gắng xóa sổ Lời Ngài. Vì vậy, Lời Chúa đã được bảo tồn. Đúng vậy, Đức Chúa Trời đã sử dụng Giáo hội Công giáo để bảo tồn Lời Ngài giống như cách Ngài đã chuẩn bị cho người giải cứu dân Y-sơ-ra-ên, Môi-se, ngay dưới mũi Pha-ra-ôn.

Hãy để tôi dành một chút thời gian và chứng minh cho bạn thấy rằng chúng ta đã ở trong Thời kỳ bị Rủa sả. Con người đã không tiến lên theo bất kỳ cách nào đáng kể trải qua các Thời kỳ Tối tăm. Khi bạn xem xét phương thức di chuyển của con người, nó vẫn y như vậy trong suốt hai nghìn năm. Tuy nhiên, chỉ trong một trăm hai mươi lăm năm qua, chúng tôi đã đạt được những tiến bộ vượt bậc vươn xa hơn những giấc mơ ngông cuồng nhất của nhân loại. Chúng ta lái xe, chúng ta bay và chúng ta trò chuyện trên điện thoại di động với khoảng cách rất xa. Chúng ta có điện, và chúng ta phát những hình ảnh vô tuyến truyền hình qua không khí trên khắp thế giới. Những hình ảnh này được thu nhận qua ăng-ten và được mọi người nhìn thấy trên điện thoại di động và các chương trình TV của họ. Rất nhiều tiến bộ hiện đại đã được làm ra mà nếu bạn đưa George Washington trở lại ngày nay, ông sẽ nghĩ rằng tất cả chúng ta đều đang vận hành trong năng lực siêu nhiên!

BOOM!

Vào khoảng cuối thế kỷ 19, tôi tin rằng, chúng ta bắt đầu thấy sự rủa sả được dỡ bỏ. Tiên tri Giô-ên đã nói tiên tri: *"Đức Chúa Trời phán: Trong những ngày cuối cùng, Ta sẽ đổ Thánh Linh Ta trên mọi xác thịt…"* Cuộc Phục hưng Phố Azusa, bởi một người nam da đen khiêm tốn có tên là William J. Seymour dẫn đầu, bắt đầu "thấy nhiều hơn" những người đồng nghiệp nhờ quyền năng Đức Thánh Linh. Ông đã lãnh nhận phép báp têm Thánh Linh, và với đôi môi lắp bắp và một tiếng nói khác, Đức Thánh Linh lại bắt đầu phán qua con người.

Sự phấn hưng bắt đầu như một phong trào đa chủng tộc thực sự, với người da trắng cầu nguyện cho người da đen và người da đen cầu nguyện cho người da trắng. Vì bất cứ lý do gì, hai nhà thờ lớn riêng biệt, Hội thánh Đức Chúa Trời trong Đấng Christ và Hội thánh Ngũ tuần AG, đã được hình thành tại thời điểm này. Ngoài ý nghĩa về chủng tộc, nó còn là một dấu hiệu của những điều tuyệt vời sắp xảy ra. Đức Chúa Trời một lần nữa vận hành giữa dân Ngài.

BOOM!

Một lời khích lệ cần được đặt ở đây để làm người đọc phấn chấn lên. Mặc dù thời đại này được Đức Chúa Trời tuyên bố thông qua Ma-la-chi là một sự rủa sả, nhưng tất cả đều nằm trong hoạch định của Ngài. Đức Chúa Trời đã giấu thời đại này khỏi Sa-tan, không chia sẻ khoảng thời gian hai nghìn năm này với bất kỳ tiên tri nào của Ngài — bởi vì Ngài cần thời gian này để sắm sửa một Cô Dâu cho Con Ngài.

Khi Kinh thánh nói rằng một phần ba các ngôi sao từ trên trời rơi xuống, hầu hết các học giả Kinh thánh giải thích rằng một phần ba các thiên sứ rơi từ trên trời xuống, nhưng Chúa Jesus phán:

Ta đã thấy Sa-tan từ trời sa xuống như chớp.

Lu-ca 10:18

Hầu hết các học giả Kinh thánh tin rằng Sa-tan trước đây là một tổng lãnh thiên sứ và có lẽ là Người chỉ huy thờ phượng của Thiên đàng. Dù vậy, không có tài liệu tham khảo nào trong Kinh thánh rằng Đức Chúa Trời đã từng thay thế những thiên sứ sa ngã đó. Tôi không thể giảng những gì tôi sắp nói là thực tế, nhưng cho phép tôi chia sẻ một khái niệm có thể giải thích tại sao Chúa không thay thế các thiên sứ sa ngã. Có thể nào những gì Giăng Báp-tít đã nói, khi còn trên Đất, liên quan đến các thánh đồ trong Cựu ước và tất cả những người đến sau sự phục sinh của Đấng Christ, có thể làm sáng tỏ tất cả những điều này? Đây là những gì ông nói:

Giăng trả lời: "Nếu không phải từ trời ban cho thì không ai có thể nhận được điều gì. Chính anh em làm chứng cho tôi rằng tôi đã nói tôi không phải là Đấng Christ, nhưng tôi được sai đến trước Ngài. Ai cưới cô dâu, người ấy là chàng rể; còn bạn của chàng rể đứng lắng nghe và rất vui mừng khi nghe tiếng của chàng rể. Đó chính là niềm vui trọn vẹn của tôi vậy. Ngài phải được tôn cao, còn tôi phải hạ xuống."

Giăng 3: 27-30

Những gì Giăng đang nói là ông ấy là bạn của Chàng Rể. Khải Huyền 20:6 tuyên bố:

Phước thay và thánh thay là những người được dự phần trong sự sống lại thứ nhất! Sự chết thứ hai không có quyền gì trên họ, nhưng họ sẽ làm thầy tế lễ của Đức Chúa Trời và của Đấng Christ; họ sẽ trị vì với Ngài một nghìn năm. Khải huyền 20:6

Ở đây, sứ đồ Giăng trước giả sách Khải Huyền đã nói rằng tất cả những ai thuộc về sự phục sinh đầu tiên sẽ cùng trị vì với Đấng Christ trong một nghìn năm.

Đây là xác nhận thêm trong kinh thánh:

Chính Thánh Linh làm chứng với tâm linh chúng ta rằng chúng ta là con cái Đức Chúa Trời. Nếu là con cái thì chúng ta cũng là người thừa kế, vừa là người thừa kế của Đức Chúa Trời vừa là người cùng thừa kế với Đấng Christ; nếu chúng ta thật sự cùng chịu khổ với Ngài thì chúng ta sẽ cùng được vinh quang với Ngài. Tôi nghĩ rằng những đau khổ hiện tại không đáng so sánh với vinh quang tương lai sẽ được tỏ ra cho chúng ta. Vì muôn vật nhiệt thành, thiết tha trông mong sự hiện ra của con cái Đức Chúa Trời. Rô-ma 8:16-19

Nếu chúng ta là con cái Đức Chúa Trời, thì chúng ta là người thừa kế của Đức Chúa Trời và đồng thừa kế với Đấng Christ. Chúng ta chắc chắn không chỉ là những người đã được cứu.

Chúng ta hãy vui mừng hớn hở, hãy tôn vinh Ngài, vì lễ cưới Chiên Con đã đến và Vợ Ngài đã chuẩn bị mình sẵn sàng. Nàng đã được ban cho áo bằng vải gai mịn sáng chói và tinh khiết để mặc vào! (vải gai mịn là những việc công chính của các thánh đồ). Thiên sứ nói cùng tôi rằng: "Hãy viết: Phước cho những người dự tiệc cưới Chiên Con!" Thiên sứ lại nói: "Đây là những lời chân thật của Đức Chúa Trời."   Khải huyền 19:7-9

Đối với tôi, dường như rõ ràng rằng Chúa Jesus, Ngài là Chiên Con, sẽ có Cô Dâu, và sẽ có Tiệc Cưới, một lễ tiệc chúc mừng rất hoành tráng do chính Đức Chúa Trời chuẩn bị.

Khoảng ba mươi năm trước, có một nhà tiên tri chân thật của Chúa đã nói với tôi những điều rất có ý nghĩa. Ông nói rằng có ba yếu tố khác nhau mà nhiều nhà thuyết giáo không muốn diễn thuyết trong một khung cảnh đơn lẻ. Chúa Jêsus sẽ là Chàng Rể, Ngài là Đầu của mọi tạo vật. Tuy nhiên, nhiều người rao giảng rằng Hội Thánh là Thân thể Đấng Christ. Sứ đồ Phao-lô đã dành nhiều đoạn để nói về chủ đề này. Sau đó một tuần họ sẽ rao giảng rằng chúng ta cũng là Cô dâu của Đấng Christ. Làm thế nào chúng ta có thể là Thân thể Đấng Christ và cũng là Cô Dâu của Đấng Christ?

Sau đó, nhà tiên tri nói với tôi rằng hầu hết những người được cứu chuộc sẽ là một phần của Thân thể của Đấng Christ, nhưng Cô dâu của Đấng Christ phải là những người bên trong Thân thể đã yêu mến Chúa Jesus hơn bất cứ điều gì trên thế gian này — cũng như Đức Chúa Trời đã dựng nên cô dâu cho A-đam từ chính một phần cạnh sườn ông, gần trái tim ông và ngay dưới cánh tay ông.

BOOM!

Tôi tin rằng tôi có thể chứng minh cho bạn thấy rằng Cô Dâu không phải là Thân thể Đấng Christ. Những câu Kinh Thánh sau đây cho chúng ta biết rõ ràng Cô Dâu của Đấng Christ là ai:

Một trong bảy thiên sứ đã cầm bảy bát đựng đầy bảy tai họa cuối cùng đến nói với tôi rằng: "Hãy đến, ta sẽ chỉ cho ngươi thấy Cô Dâu là Vợ của Chiên Con." Tôi được Thánh Linh cảm hóa và thiên sứ đưa tôi đến một ngọn núi lớn rất cao, và chỉ cho tôi thấy thành thánh là Giê-ru-sa-lem từ nơi Đức Chúa Trời ở trên trời xuống, chói sáng vinh quang của Đức Chúa Trời; sự chói sáng của thành giống như một viên ngọc quý, như bích ngọc trong suốt. Thành có tường lớn và cao với mười hai cửa. Tại các cửa có mười hai thiên sứ, và trên các cửa có viết tên mười hai bộ tộc của dân Y-sơ-ra-ên. Phía đông của thành có ba cửa, phía bắc có ba cửa, phía nam có ba cửa, phía tây có ba cửa. Tường thành có mười hai nền, trên đó có mười hai tên là tên mười hai sứ đồ của Chiên Con. Thiên sứ đang nói với tôi có cây thước là một cây gậy bằng vàng để đo thành, các cửa và tường thành. Thành hình vuông, chiều dài và chiều rộng bằng nhau. Thiên sứ đo thành bằng cây gậy và đo được hai nghìn bốn trăm cây số; chiều dài, chiều rộng và chiều cao đều bằng nhau. Thiên sứ cũng đo tường thành, được sáu mươi lăm mét, theo thước đo của loài người, cũng là thước đo của thiên sứ. Tường thành xây bằng bích ngọc, còn thành thì bằng vàng ròng trong như thủy tinh. Các nền của tường thành được trang trí bằng mọi loại đá quý. Nền thứ nhất bằng bích ngọc, nền thứ nhì bằng ngọc lam bửu, nền thứ ba bằng ngọc mã não, nền thứ tư bằng ngọc lục cẩm, nền thứ năm bằng hồng mã não, nền thứ sáu bằng hoàng ngọc, nền thứ bảy bằng ngọc hoàng bích, nền thứ tám bằng ngọc thủy thương, nền thứ chín bằng ngọc hồng bích, nền thứ mười bằng ngọc phỉ túy, nền thứ mười một bằng ngọc hồng bửu, và nền thứ mười hai bằng ngọc tử bửu.

Mười hai cửa làm bằng mười hai viên ngọc trai, mỗi cửa là một viên ngọc nguyên khối. Đường trong thành bằng vàng ròng trong như thủy tinh. Tôi không thấy đền thờ nào trong thành, vì Chúa là Đức Chúa Trời Toàn Năng và Chiên Con là đền thờ của thành. Thành không cần mặt trời hay mặt trăng chiếu sáng, vì vinh quang của Đức Chúa Trời chiếu sáng thành, và Chiên Con là đèn của thành. Các dân sẽ bước đi nhờ ánh sáng của thành; các vua trên đất sẽ đem vinh quang mình vào đó. Những cửa thành suốt ngày không đóng, vì tại đó không có ban đêm. Người ta sẽ đem vinh quang và sự tôn trọng của các dân vào đó. Tất cả những kẻ ô uế, kẻ làm điều ghê tởm, kẻ nói dối đều không được vào thành, ngoại trừ những người được ghi trong sách sự sống của Chiên Con.   Khải huyền 21:9-27

Xin hãy đọc lại câu 9 và 10:

Một trong bảy thiên sứ đã cầm bảy bát đựng đầy bảy tai họa cuối cùng đến nói với tôi rằng: "Hãy đến, ta sẽ chỉ cho ngươi thấy Cô Dâu là Vợ của Chiên Con." Tôi được Thánh Linh cảm hóa và thiên sứ đưa tôi đến một ngọn núi lớn rất

cao, và chỉ cho tôi thấy thành thánh là Giê-ru-sa-lem từ nơi
Đức Chúa Trời ở trên trời xuống.

Câu Kinh Thánh này nói rất rõ ràng rằng Giê-ru-sa-lem
Mới chính là Cô dâu của Đấng Christ. Các câu 11-27 mô tả
chi tiết chính xác thành phố. Rõ ràng là Cô Dâu của Đấng
Christ được tạo thành từ những cư dân ngụ tại Giê-ru-sa-
lem Mới. Ở đây không có một lời đề cập nào đến Thân thể
Đấng Christ, chỉ có Cô Dâu! Vị tiên tri nhắc nhở tôi rằng khi
Giăng được bảo phải đo lường thành Giê-ru-sa-lem Mới,
đó là vì nó sẽ được chiếm lĩnh bởi Cô Dâu của Đấng Christ.

BOOM!

Đức Chúa Trời đã có một kế hoạch trong hai ngàn năm
qua, để sắm sửa một Cô Dâu có thể quản trị và trị vì với Con
Ngài, Chúa Jesus Christ. Ngợi khen Đức Chúa Trời! Như
tôi đã nói, nếu các thế lực tăm tối biết, chúng đã không đóng
đinh Đấng Christ.

Bây giờ chúng ta đang ở một ngưỡng quan trọng khác.
Đây là những ngày cuối cùng, và Chúa Jesus sẽ sớm trở lại.
Do đó, tất cả chúng ta có trọng trách phải học cách *Làm sao*
để Sẵn sàng cho Sự Cất Lên.

CHƯƠNG 15

THỜI KỲ GIĂNG BÁP-TÍT
(TIÊN TRI Ê-LI)

Trong vài trăm năm, việc cử hành Lễ Vượt Qua đã có một truyền thống mới được thực hiện liên quan đến nhà tiên tri Ê-li. Kể từ khi nhà tiên tri Ma-la-chi viết rằng Ê-li sẽ đến *"trước ngày trọng đại và đáng sợ của Chúa,"* người Do Thái, như chúng ta đã biết, đã để lại một ghế trống tại bàn ăn của họ với hy vọng rằng Ê-li sẽ xuất hiện tại nhà họ để dự phần trong bữa ăn Lễ Vượt Qua.

Trong Tân Ước, chúng ta đã đọc về một thầy tế lễ tên là Xa-cha-ri. Ông dường như là một thầy tế lễ bình thường và khá tầm thường, người, theo lịch trình làm việc, được chỉ định thời điểm ông phục vụ trong Đền thờ. Trong khi làm việc ở trong Đền thờ một mình, ông đã đối mặt với chính thiên sứ đã xuất hiện với Đa-ni-ên. Phải! Thiên sứ Gáp-ri-ên đã trở lại để xem xét việc sắp đặt cho sự xuất hiện của Đấng Mê-si. Dòng Dõi của người nữ có một tiền thân tên là Giăng, một người nam sẽ đến *"trong tinh thần và quyền năng của Ê-li [Ê-li]"* (Lu-ca 1:17). Lời tiên tri của Ma-la-chi sắp ứng nghiệm. Hãy xem phần còn lại của câu chuyện đáng kinh ngạc này trong Lu-ca 1:5-25.

Thiên sứ Gáp-ri-ên thông báo với Xa-cha-ri rằng vợ ông sẽ sớm có một đứa con của sự mầu nhiệm, mặc dù trước đó bà chưa từng có đứa con nào, bà đã quá già để có con và từ lâu đã được biết đến như một người phụ nữ hiếm muộn/son sẻ. Thiên sứ Gáp-ri-ên cũng nói với ông rằng con trai ông sẽ được gọi là Giăng, đây sẽ không phải là cái tên theo tập quán đáng lẽ phải được đặt cho con trai ông, vì cái tên đó không liên quan đến bất kỳ ai trong gia phả ông.

Thiên sứ nói với Xa-cha-ri một số điều khác thường khác về đứa con trai sắp chào đời của ông:

Nhưng thiên sứ bảo ông: "Nầy, Xa-cha-ri, đừng sợ! Vì lời cầu nguyện của ngươi đã được nhậm. Ê-li-sa-bét, vợ ngươi, sẽ sinh một con trai; ngươi hãy đặt tên là Giăng. Con trai ấy sẽ làm cho ngươi vui mừng hớn hở, và nhiều người sẽ hoan hỉ khi con trẻ ra đời. Vì con trẻ ấy sẽ được tôn trọng trước mặt Chúa, không uống rượu nho hay thức uống có men, và sẽ được đầy dẫy Đức Thánh Linh từ khi còn trong lòng mẹ. Con trẻ ấy sẽ đem nhiều người Y-sơ-ra-ên trở lại cùng Chúa là Đức Chúa Trời của họ; con ấy sẽ lấy tinh thần và quyền năng của Ê-li mà đi trước Chúa, để đem lòng cha trở về với con cái, đem kẻ không vâng

phục đến sự khôn ngoan của người công chính, và
để chuẩn bị một dân tộc sẵn sàng cho Chúa."

Lu-ca 1: 13-17

Đó là sự sắp đặt theo hướng dẫn của Đức Chúa Trời, sai thiên sứ Gáp-ri-ên đến thông báo về sự ra đời của Giăng. Nhiệm vụ của ông là hướng tấm lòng của những người cha đối với con cái. Nếu ông không thể làm điều đó, Đức Chúa Trời sẽ giáng xuống trên đất một sự rủa sả. Việc hoàn thành nhiệm vụ phụ thuộc vào sự tiếp thu của con người.

Hãy tham khảo lại Ma-la-chi 4:6, câu cuối cùng trong Cựu ước:

Người sẽ làm cho lòng cha ông trở lại cùng con cháu, lòng con cháu trở lại cùng cha ông, kẻo Ta đến lấy sự rủa sả mà đánh đất nầy chăng.

Không phải trách nhiệm của Giăng là xoay chuyển tấm lòng của những người cha hoặc con cái. Trách nhiệm của ông là đi trước Chúa (Đấng Mê-si) như là người dọn đường trước và để công bố sự giáng lâm của Ngài. Ê-li đang đến, và ông sẽ được đầy dẫy Đức Thánh Linh từ trong lòng mẹ.

Và thông điệp của Giăng là gì?

Tất cả dân chúng đang trông đợi và tự hỏi trong lòng:
"Phải chăng Giăng là Đấng Christ?" Vì vậy, Giăng

133

trả lời với mọi người: "Tôi làm báp-têm cho các người
bằng nước; nhưng có một Đấng uy quyền hơn tôi sẽ
đến, tôi không đáng mở quai dép cho Ngài. Ngài sẽ làm
báp-têm cho các người bằng Đức Thánh Linh và lửa.
Tay Ngài cầm nia để rê thật sạch sân lúa mình và thu
lúa vào kho; nhưng rơm rạ thì đốt trong lửa chẳng hề
tắt." Giăng cũng dùng nhiều lời khuyên bảo khác mà
rao giảng Tin Lành cho dân chúng. Lu-ca 3:15-18

Giăng đã rao giảng về sự ăn năn, và ông đã làm
phép báp-têm cho dân chúng bằng một phép báp-têm
của sự ăn năn. Thông điệp của ông rất mạnh mẽ. Ông
công khai tuyên bố rằng ông không phải là Đấng Mê-
si, nhưng khi Đấng Mê-si đến, Ngài sẽ làm phép báp
têm cho dân chúng bằng Đức Thánh Linh và bằng lửa.
Mục vụ của Giăng đã phát triển. Sau đó, Chúa Jesus,
trước khi Ngài được tỏ ra là Đấng Mê-si, đã đến chỗ
mà Giăng đang làm phép báp-têm cho dân chúng ở
sông Giô-đanh. Giăng nhìn lên và thấy anh họ của
mình đang đi tới từ xa và bắt đầu nói hai lời tiên tri rất
quan trọng:

1.) "Kìa Chiên Con của Đức Chúa Trời!"
2.) "Là Đấng cất tội lỗi của thế gian đi."
Giăng 1:29

Những lời công bố sâu sắc này, rằng Chúa Jesus
là Chiên Con của Đức Chúa Trời, và rằng Ngài xóa

bỏ tội lỗi của thế gian, chưa từng được công bố trước đây. Tội lỗi chưa bao giờ được xóa bỏ theo Giao ước Cũ. Tội lỗi chỉ bị bao phủ bởi huyết đổ ra của bò đực và dê. Giăng đang công bố cho thế gian biết rằng tội lỗi của thế gian sẽ không chỉ còn được che đậy nữa, nhưng thay vào đó, sẽ được cất đi khỏi họ trong Đấng Christ.

Tiên tri Giê-rê-mi đã tuyên bố rằng:

Chúng sẽ không còn phải dạy bảo người lân cận hay anh em mình rằng: "Hãy nhận biết Đức Giê-hô-va,' vì tất cả đều sẽ biết Ta, từ người nhỏ nhất đến người lớn nhất," Đức Giê-hô-va phán: "Vì Ta sẽ tha thứ gian ác chúng và không nhớ đến tội lỗi chúng nữa."
Giê-rê-mi 31:34

Tác giả Thi-thiên đã tuyên bố rằng:

Phương đông xa cách phương tây bao nhiêu, thì Ngài cũng cất sự vi phạm chúng ta cách xa chúng ta bấy nhiêu.
Thi-thiên 103:12

Ngoài ra, việc công bố rằng Chúa Jesus là Chiên Con của Đức Chúa Trời là một lời tuyên bố rằng Ngài thực sự là Đấng Mê-si. Sau nhiều thế kỷ chờ đợi Ngài, Đấng Mê-si không chỉ được sinh ra trong thế gian; Ngài đứng hiện diện tại đó là một người nam ba mươi tuổi ở giữa đám đông.

Nếu điều đó vẫn chưa đủ, Chúa Jesus yêu cầu Giăng làm báp têm cho Ngài, và chẳng bao lâu nữa, các tầng trời đã mở ra, và Đức Chúa Cha đã xác nhận Chúa Jesus là Con Ngài:

Khi được báp-têm xong, vừa lúc Đức Chúa Jêsus lên khỏi nước, thì kìa, các tầng trời mở ra, Ngài thấy Thánh Linh của Đức Chúa Trời ngự xuống như chim bồ câu đậu trên Ngài. Nầy, có tiếng từ trời phán: "Đây là Con yêu dấu của Ta, đẹp lòng Ta hoàn toàn."

Ma-thi-ơ 3:16-17

Các nhà tiên tri trong Cựu Ước đã báo trước về một ngày mà tội lỗi của dân tộc sẽ không còn được ghi nhớ nghịch với họ. Họ nói về một thời kỳ sắp tới mà sự vi phạm của chúng ta sẽ bị tách khỏi cách xa chúng ta *"phương đông xa cách phương tây bao nhiêu"* (Thi thiên 103:12). Vào thời điểm đó, không có ai từng trải qua điều gì như vậy và do đó họ không thể hình dung được điều đó là như thế nào.

Vua Đa-vít gần như hiểu được điều kỳ diệu sắp xảy ra này, khi ông kêu cầu Chúa trong lời cầu nguyện:

Đức Chúa Trời ôi! Xin dựng nên trong con một lòng trong sạch và làm mới lại trong con một tâm linh ngay thẳng. Xin đừng từ bỏ con khỏi mặt Chúa, cũng đừng cất Thánh Linh Chúa khỏi con. Thi-thiên 51:10-11

Đức Thánh Linh chỉ đến trên Đa-vít, nhưng không được phép đến *trong* ông. Bạn và tôi được phước để sống trong ngày ứng nghiệm những lời tiên tri này. Cách cá nhân, tôi không thể hiểu làm sao mà người ta có thể từ chối kinh nghiệm trọn vẹn qua phép báp-têm Đức Thánh Linh. Sự tuôn đổ quý giá của Đức Thánh Linh thật tuyệt vời. Tôi trân trọng kinh nghiệm đó.

Là quá sớm, cuộc đời của Giăng Báp-tít (Ê-li đến với tinh thần và quyền năng) đã bị cắt ngắn và ông tử vì đạo. Công tác của ông là mở đường cho Chúa Jesus, và ông đã làm tốt điều đó. Rằng cái chết sớm đột ngột của ông là một chủ đề cho một cuốn sách khác. Trọng tâm của chúng ta ở đây là những gì đang xảy ra trong thế giới của chúng ta ngày nay, sự tranh đấu của Sa-tan chống nghịch lại DNA của nhân loại. Bạn và tôi phải nhanh chóng học cách *Làm sao để Sẵn sàng cho Sự Cất Lên.*

CHƯƠNG 16

THỜI KỲ CHÚA JESUS, DÒNG DÕI NGƯỜI NỮ

Nhiều thế kỷ trôi qua, Đức Chúa Trời lướt qua Lời Ngài để đến tại thời khắc quan trọng nhất trong lịch sử này. Sa-tan, với tất cả những nỗ lực điên cuồng của mình, đã không thể thành công trong việc ngăn chặn sự xuất hiện của Dòng Dõi người nữ. Tuy nhiên, hắn không định bỏ cuộc.

Khi đến đúng thời điểm, Đức Chúa Trời lại cử tổng lãnh thiên sứ Gáp-ri-ên, lần này đến để thông báo sự ra đời của Hài Nhi cho người nữ mà Ngài đã chọn làm bình đựng xứng đáng. Cô ấy là Ma-ri, người Na-xa-rét, một người nữ đã được hứa gả (cho một người nam tên là Giô-sép), nhưng vẫn còn là một nữ đồng trinh. Trận chiến của các thời đại đang lung lay dữ dội.

Trước khi Chúa Jesus được sinh ra, Ma-ri đã đến thăm người chị họ của mình là Ê-li-sa-bét, người đang mang thai Giăng (người được gọi là Báp-tít). Sự hiện diện của Đức Chúa Trời trên Ma-ri khiến cả Ê-li-sa-bét và Giăng được đầy dẫy Đức Thánh Linh.

139

Thiên sứ của Chúa đã báo trước cho Xa-cha-ri rằng vợ ông là Ê-li-sa-bét sẽ có một đứa con đặt tên là Giăng. Trong Lu-ca 1:15, thiên sứ nói với Xa-cha-ri rằng đứa con của họ sẽ được đầy dẫy Đức Thánh Linh, ngay cả khi còn trong bụng mẹ.

Lời tiên tri của thiên sứ được ứng nghiệm trong Lu-ca 1:41, khi em bé nhảy trong lòng Ê-li-sa-bét và bà được đầy dẫy Đức Thánh Linh. Ngay sau đó, trong Lu-ca 1:67, rõ ràng là Xa-cha-ri cũng được đầy dẫy Đức Thánh Linh và bắt đầu nói tiên tri.

Các thiên binh thiên sứ đã hát khi Đấng Christ ra đời và lời tiên tri đã được ứng nghiệm, vì, kỳ lạ thay, Ngài được sinh ra tại Bết-lê-hem. Các nhà thông thái đến thăm để hỏi Hê-rốt rằng: *"Vua dân Do Thái vừa sinh tại đâu?"* (Ma-thi-ơ 2: 2). Họ đã thấy ngôi sao của Ngài ở phía đông và đến để thờ lạy Ngài. Ngay cả những nhà thông thái dân ngoại cũng nhận biết sự giáng thế của Ngài.

Hiện lúc Sa-tan đang xô đẩy để tiêu diệt "Dòng Dõi người nữ." Nhưng bất chấp mọi việc Sa-tan có thể làm, Con của Đức Chúa Trời đã chịu phép cắt bì và được dâng mình trong Đền thờ, và ở đó một lần nữa, những lời tiên tri sâu sắc đã được nói ra về cuộc đời Ngài. Bằng cách này, Đức Chúa Trời đã thành công đưa Con Ngài vào trong thế gian, Bí mật vĩ đại nhất mọi thời đại, ngay dưới mũi Sa-tan.

Vì Đức Chúa Trời phải giữ cho Dòng Dõi này được bảo đảm, nên Chúa Jesus phải ẩn mình cho đến ngày Ngài được khải thị. Vì vậy, Đức Chúa Trời đã sai một thiên sứ đi vào giấc mơ của Giô-sép và bảo ông mang đứa trẻ đi và trốn sang Ai Cập. Hê-rốt đang tìm kiếm Con Trẻ, để lấy mạng Ngài. Một vài năm sau, Đức Chúa Trời sai Gáp-ri-ên đến trong một giấc mơ khác, giấc mơ này ở Ai Cập, để nói với Giô-sép để đưa Ma-ri và Chúa Jesus quay trở về Y-sơ-ra-ên.

Mặc dù không được biết nhiều về thời thơ ấu của Chúa Jesus, nhưng ở tuổi mười hai, Ngài đã khiến các bác sĩ trong Đền Thờ bối rối về kiến thức sâu rộng của Ngài về các sách Thánh Kinh. Ngoài ra, như chúng ta có thể thấy từ gia phả Chúa Jesus Christ trong các sách Lu-ca và Ma-thi-ơ, cả Ma-ri và Giô-sép đều có DNA thuần khiết/tinh sạch từ thời A-đam.

Sa-tan không hề biết Chúa Jesus đang ở đâu, nhưng Dòng Dõi của người nữ vẫn sống khỏe mạnh, và như Kinh Thánh đã mô tả một cách khéo léo, Ngài đang lớn lên *"khôn ngoan càng thêm, thân hình càng lớn, càng được đẹp lòng Đức Chúa Trời và người ta"* (Lu-ca 2:52).

BÌNH AN CHO CÁC NGƯƠI! ĐỪNG SỢ CHI!

Hãy tin tôi, chúng ta không phải lo lắng về việc giới tinh hoa đang tiếp quản thế gian này, bởi vì, cho đến khi Sự Cất Lên xảy ra, những người đầy Thánh Linh đang cản trở việc chiếm quyền này của Kẻ chống nghịch Đấng Christ, như được tiết lộ trong 2 Tê-sa-lô-ni-ca 2: 7:

Vì thế lực bí ẩn của tội ác đã và đang hoành hành; nhưng Đấng đang cầm giữ ("let") nó vẫn hành động cho đến khi Người được cất đi.

Từ Hy Lạp được dịch ở đây là let có nghĩa là "cản trở/cầm giữ." Nói cách khác, rằng Đấng đang cản trở vẫn hành động cho đến khi Người được cất đi. Những Cơ đốc nhân chân chính đang cản trở Sa-tan thành lập thế giới đại đồng/thế giới một chính phủ trên đất. Tôi tin rằng Chúa đã đặt Tổng thống Donald Trump vào nhiệm kỳ để làm chậm quá trình thúc đẩy sớm đưa thế giới đại đồng và chủ nghĩa toàn cầu của Sa-tan, và do đó, đưa kẻ chống nghịch Đấng Christ lên vị trí quyền lực.

Ngay cả sau Sự Cất Lên của Hội Thánh, Đức Chúa Trời sẽ mang hai chân đèn của Ngài, hai nhân chứng được nói đến trong Khải Huyền 11:3, vào các đường phố của Giê-ru-sa-lem, và tất cả sức mạnh quân sự sẽ không thể loại bỏ chúng.

Tin đồn về Cơ quan Chỉ đạo các Dự án Nghiên cứu Quốc phòng Tiên tiến (DARPA – thuật ngữ kỹ thuật và công nghệ) kiểm soát thời tiết của chúng ta, các vệt hóa chất chiếm lấy quyền kiểm soát cơ thể chúng ta, Cơ quan An ninh Quốc gia (NSA) ghi âm mọi cuộc điện thoại trên thế giới hoặc GPS giám sát và theo dõi mọi hành động của một người đều không phải vấn đề gì to tát. Chúa phán:

Đấng ngự trên trời sẽ cười, Chúa sẽ chế nhạo chúng.

Thi-thiên 2:4

Đức Chúa Trời vẫn có thể bắt giữ giới tinh hoa trên thế giới làm con tin và không cho lại gần chỉ bằng cách để lửa đến thiêu đốt quanh hai nhân chứng của Ngài. Ngọn lửa đó sẽ giết chết bất cứ ai cố gắng ngăn cản họ rao giảng. Sau đó, khi kẻ thù nghịch Chúa cuối cùng giết được hai người này, chúng sẽ bị bất lực để di dời xác của họ trên đường phố. Vào ngày thứ ba, họ sẽ sống lại từ cõi chết và sẽ thăng thiên lên Thiên đàng khi cả thế gian nhìn xem tất cả diễn tiến từ TV truyền hình trực tiếp.

Tôi tin chắc rằng Đại dịch vi-rút Cô-rô-na là một mưu đồ được Sa-tan sử dụng để sớm mở ra trật tự thế giới đại đồng. Nó đã thất bại, và tôi tin rằng Chúa sẽ sử dụng nó để bắt đầu cuộc phấn hưng vĩ đại nhất trong lịch sử thế giới. Tuy nhiên, những người phụ trách hệ thống thế giới này sẽ cố gắng sử dụng Đại dịch để quảng bá việc thu thập DNA của mọi người.

Tôi nói tiên tri với bạn, không phải bằng Lời Chúa, mà từ những gì tôi thấy trong Lời Chúa, rằng Donald J. Trump hoặc một người có tinh thần tương tự (một người chống Chủ nghĩa Toàn cầu, chống Trật tự Thế giới Mới và rất ủng hộ Y-sơ-ra-ên) sẽ được bầu chọn lại. Trong một thời gian ngắn, vị tổng thống mới này sẽ trao cho giới lãnh đạo của Y-sơ-ra-ên một lời hứa rằng họ có thể xây dựng Đền Thờ cuối cùng trên Núi Đền Thờ. Tôi nói điều này bởi vì thiên sứ của Chúa đã nói với Giăng trong Khải Huyền 11:2 để đo đền thờ nhưng không đo sân ngoài. Chúa phán qua các thiên sứ rằng sân ngoài sẽ được giao cho dân ngoại!

BOOM!

Hãy nhớ rằng, mọi cư dân Hoa Kỳ trong hơn hai mươi bốn năm đều nói rằng sẽ chuyển Đại sứ quán Hoa Kỳ đến Giê-ru-sa-lem (thủ đô Do Thái), nhưng mỗi lần như vậy, vì thế giới Ả Rập đe dọa rằng nếu điều này xảy ra, sẽ có 500.000 người Ả Rập xuống đường của Giê-ru-sa-lem biểu tình, không tổng thống nào có đủ can đảm để giữ lời của họ! Khi

Donald J. Trump đưa ra quyết định chuyển đại sứ quán của chúng tôi, ngay lập tức mọi thứ đã ổn thỏa, và nó đã hoàn thành trong vòng chưa đầy sáu tháng!

Tôi tin rằng khi vị tổng thống tiếp theo giống Trump nói với Y-sơ-ra-ên rằng ông ấy sẽ bảo vệ họ khỏi thế giới Hồi giáo, họ sẽ bắt đầu xây dựng Đền thờ ngay chỉ trong vài tháng. Tất cả trong sự sẵn sàng. Nhà thờ Hồi giáo Al-Aqsa có thể giữ nguyên vị trí của nó, và sẽ vẫn còn nhiều chỗ trên Núi Đền Thờ cho Đền Thờ mới. Thời gian không còn nhiều, nhưng sự cuối cùng vẫn chưa đến! Hãy vững vàng trong đức tin! Hãy giữ cho đến khi Sự Cất Lên. Hãy ghi nhớ những gì Kinh thánh chép:

Vì tất cả những ai được Thánh Linh của Đức Chúa Trời dẫn dắt đều là con của Đức Chúa Trời.

Rô-ma 8:14

Hãy để Đức Thánh Linh dẫn dắt! Ngài Đấng ở trong bạn! Chúa luôn luôn phán những lời cuối cùng. Chỉ cần đảm bảo bạn biết *Làm sao để Sẵn sàng cho Sự Cất Lên.*

CHƯƠNG 17

NGÀY NAY, VỀ SỰ CẤT LÊN CỦA HỘI THÁNH

Trong các chương trước, tôi đã trình bày những gì tôi tin là bằng chứng Kinh thánh thuyết phục cho tiền đề rằng cuộc chiến của các thời đại là về sự hủy diệt DNA của loài người. Bây giờ, chúng ta hãy xem xét trận chiến cuối cùng của các thời đại: kế hoạch của Sa-tan để tiêu diệt niềm tin của con người vào Đức Chúa Trời và niềm tin của hắn vào Sự Cất Lên của những người *"yêu mến sự hiện đến của Ngài"* (2 Ti-mô-thê 4: 8).

Chúa Jêsus đặt câu hỏi:

Tuy nhiên, khi Con Người đến, liệu Ngài còn thấy đức tin trên mặt đất chăng? Lu-ca 18:8

Câu hỏi này yêu cầu một câu trả lời. Khi Con Người đến (đó là Sự Cất Lên), liệu Ngài có tìm thấy đức tin nơi Đức Chúa Trời, đức tin nơi Lời Ngài không. Đức Chúa Trời đã gửi Đấng Yên Ủi của Ngài, Đức Thánh

Linh, như là bảo chứng cho cơ nghiệp chúng ta, sự ký gửi cho mối tương giao của chúng ta, và tất cả những gì Đức Chúa Trời dành riêng cho những ai đang tìm kiếm Ngài và những ai yêu mến sự hiện đến của Ngài. Phao-lô viết trong thư gửi người Ê-phê-sô:

Ngài khiến chúng ta biết được sự mầu nhiệm của ý muốn Ngài, theo mục đích tốt đẹp mà Ngài đã định sẵn trong Đấng Christ, để đến thời viên mãn, theo kế hoạch, Ngài quy tụ muôn vật lại trong Đấng Christ, cả những vật trên trời và dưới đất. Cũng trong Ngài, chúng ta được chọn làm người thừa hưởng cơ nghiệp được định sẵn theo kế hoạch của Đức Chúa Trời, Đấng hoàn thành mọi sự theo mục đích Ngài muốn, để chúng ta, những người đầu tiên đặt hi vọng trong Đấng Christ, ca ngợi vinh quang của Ngài. Trong Ngài, anh em là người đã nghe lời chân lý, là Tin Lành mà anh em được cứu rỗi. Cũng trong Ngài, anh em đã tin và được đóng ấn bằng Đức Thánh Linh như lời hứa. Đấng ấy là bảo chứng của cơ nghiệp chúng ta cho đến khi những người thuộc về Ngài nhận được sự cứu chuộc, để ca ngợi vinh quang của Ngài. Ê-phê-sô 1:9-14

Lưu ý đặc biệt trong câu 14:

Đấng ấy là bảo chứng của cơ nghiệp chúng ta cho đến khi những người thuộc về Ngài nhận được sự cứu chuộc, để ca ngợi vinh quang của Ngài.

Khi Đức Thánh Linh được sai đến trên Đất trong sự trọn vẹn của Ngài vào Ngày Lễ Ngũ Tuần, Ngài là Đấng "sốt sắng," là sự bảo đảm hoặc tiền cọc phần thừa kế của chúng ta cho đến khi sự cứu chuộc của chúng ta được hoàn tất. Sẽ có một cuộc tổng kết. Chúa Jesus đang đến vì những ai yêu mến sự xuất hiện của Ngài và đang trông mong Ngài.

Phao-lô viết cho Ti-mô-thê:

Từ nay mão triều thiên công chính đã dành sẵn cho ta; Chúa là thẩm phán công minh sẽ ban mão ấy cho ta trong Ngày đó, nhưng không chỉ cho ta mà cũng cho tất cả những ai yêu mến sự hiện đến của Ngài.

2 Ti-mô-thê 4:8

Chính Chúa Jesus đã bày tỏ:

Nhưng hãy tìm kiếm vương quốc Đức Chúa Trời thì Ngài sẽ ban cho các con những điều ấy nữa.
Hỡi bầy nhỏ, đừng sợ, vì Cha các con đã bằng lòng ban vương quốc cho các con rồi. Hãy bán của cải mình mà làm việc thiện. Hãy sắm cho mình những túi tiền không hư cũ và kho báu không hao hụt ở trên trời, nơi kẻ trộm không đến gần được, mối mọt không làm hư hại được. Vì của cải các con ở đâu, thì lòng các con cũng ở đó.
Lưng các con phải thắt lại, đèn các con phải thắp lên. Các con phải làm như những người đang chờ đợi chủ mình ở tiệc cưới về, để khi chủ về đến, gõ cửa thì mở

ngay. Phước cho những đầy tớ ấy, khi chủ về thấy họ đang thức canh! Thật, Ta bảo các con, chủ sẽ thắt lưng mình, mời các đầy tớ ngồi vào bàn tiệc và đến phục vụ họ. Nếu canh hai, canh ba, chủ trở về thấy các đầy tớ như vậy thì thật là phước hạnh cho họ!

Lu-ca 12:31-38

Điều này đưa chúng ta trở lại những gì Ma-la-chi đã nói ngay trước khi ông nói về "sự nguyền rủa" sẽ đến nếu nhân loại khước từ sự xuất hiện của Ê-li (xin xem Ma-la-chi 4: 5-6). Ông cũng nói:

Bấy giờ, những người kính sợ Đức Chúa Trời nói chuyện với nhau, và Đức Giê-hô-va để ý lắng nghe. Một sách ghi nhớ được chép trước mặt Ngài cho những người kính sợ Đức Giê-hô-va và tôn kính danh Ngài. Đức Giê-hô-va vạn quân phán: "Họ sẽ thuộc về Ta, làm cơ nghiệp riêng của Ta trong ngày Ta hành động. Ta sẽ thương xót họ như một người thương xót con trai phục vụ mình." Ma-la-chi 3:16-17

Lưu ý rằng chúng ta là châu báu của Đức Chúa Trời. Ngài sẽ đến vì chúng ta, và chúng ta sẽ được tha khi Ngài đến *"như một người thương xót con trai mình."* Điều này không thể rõ ràng hơn. Chúng ta đã được đặt để bất hợp pháp ở một nơi mà Chủ sở hữu của chúng ta đã không đặt để. Một ngày Ngài sẽ đến để đòi lại những châu báu thuộc về Ngài. Lạy Chúa!

BOOM!

Lưu ý những gì Phao-lô đã viết cho người Tê-sa-lô-ni-ca:

*Thưa anh em, về thì giờ và thời điểm, thì không cần phải viết cho anh em; vì chính anh em biết rõ rằng ngày của Chúa sẽ đến như kẻ trộm trong ban đêm vậy. Khi **người ta** nói: "Hòa bình và an ninh" thì sự hủy diệt bất thần ập đến, như cơn đau chuyển dạ xảy đến cho người phụ nữ mang thai, **họ** không sao tránh khỏi. Nhưng thưa **anh em**, anh em không ở trong bóng tối đến nỗi Ngày ấy đến bất ngờ cho **anh em như kẻ trộm**. Vì tất cả anh em đều là con của ánh sáng và con của ban ngày. **Chúng ta** không thuộc về ban đêm, cũng không phải thuộc về bóng tối. 1 Tê-sa-lô-ni-ca 5:1-5*

Ông nói rõ trong những câu này rằng <u>Chúa Jesus sẽ không đến với chúng ta *"như một kẻ trộm."*</u> Các tính từ ở đây là ***"người ta"*** và "họ," không phải ***"anh em"*** và ***"chúng ta."*** "Họ" sẽ không trốn thoát. <u>Ngài đến như một tên trộm trong đêm cho "họ," không dành cho chúng ta.</u>

BOOM!

Khi Chúa Jesus đến vì chúng ta, là sẽ cất đi những ai tôn kính danh Ngài. Ngài sẽ đến vì những châu báu của Ngài, những người đã bị áp bức bởi Sa-tan và những người đã bị lừa dối một cách bất hợp pháp để tin rằng Sa-tan có thẩm quyền trên những người đã được cứu!

Một lần nữa, hãy lưu ý cách diễn đạt trong Ma-la-chi 3. Chúa nói rằng Ngài sẽ đến vì những ai tôn kính danh Ngài:

Bấy giờ, những người kính sợ Đức Chúa Trời nói chuyện với nhau, và Đức Giê-hô-va để ý lắng nghe. Một sách ghi nhớ được chép trước mặt Ngài cho những người kính sợ Đức Giê-hô-va và tôn kính danh Ngài. Đức Giê-hô-va vạn quân phán: "Họ sẽ thuộc về Ta, làm cơ nghiệp riêng của Ta trong ngày Ta hành động. Ta sẽ thương xót họ như một người thương xót con trai phục vụ mình. Bấy giờ, các con sẽ trở lại và thấy sự khác biệt giữa người công chính và kẻ gian ác, giữa người phụng sự Đức Chúa Trời và kẻ không phụng sự Ngài."   Ma-la-chi 3:16-18

Hãy xem xét các lời Kinh Thánh Chúa Jesus đã phán:

Hãy biết điều nầy, nếu chủ nhà biết canh nào kẻ trộm đến thì sẽ tỉnh thức, không để nó xâm nhập nhà mình.   Ma-thi-ơ 24:43

Hãy biết điều nầy: Nếu chủ nhà biết được kẻ trộm đến giờ nào thì sẽ không để cho nó xâm nhập nhà mình. Các con cũng phải sẵn sàng, vì Con Người đến trong giờ các con không ngờ.   Lu-ca 12:39-40

Điều này nghe có vẻ khó hiểu, nhưng hãy để tôi làm rõ vấn đề cho bạn. Trong dụ ngôn này, *"người làm chủ trong nhà"* là Sa-tan, và kẻ trộm là Chúa Jesus Christ. Chúa Jesus đang nói một dụ ngôn về việc chính Ngài vào một ngôi nhà và lấy trộm đồ châu báu từ người chiếm hữu những của cải một cách bất chính. Trong trường hợp này, các châu báu này thuộc về Chúa Jesus, và Ngài đến trong đêm để giải cứu những châu báu đó hợp pháp của Ngài và thuộc về Ngài.

Đây là *"ngày đáng sợ của Đức Giê-hô-va"* được nhắc đến trong Ma-la-chi 4:5. Nó thực sự sẽ gây kinh hoàng cho Sa-tan và tất cả những ai bị bỏ lại. Bạn có thể tưởng tượng người ta sẽ đối diện sự chung kết rằng Chúa Jesus đã đến, và họ đã bị bỏ lại không?

Bởi nhờ Đức Thánh Linh, sứ đồ Phao-lô giải thích trong Tân Ước về những gì ông đã đọc trong sách Ê-sai:

Từ xưa, người ta chưa từng nghe nói đến, tai chưa hề nghe, mắt chưa hề thấy, ngoài Ngài, có Đức Chúa Trời nào khác, đã hành động như thế cho người trông đợi Ngài. Ê-sai 64:4

Đây là điều ông đã viết cho dân thành Cô-rinh-tô:
Nhưng chúng tôi rao giảng sự khôn ngoan, mầu nhiệm và kín giấu của Đức Chúa Trời, điều đã được Đức

Chúa Trời định sẵn từ trước các thời đại cho sự vinh quang của chúng ta. Không có nhà lãnh đạo nào của đời nầy biết được điều đó, vì nếu biết, họ đã không đóng đinh Chúa vinh quang vào thập tự giá. Nhưng, như điều đã chép,

"Những gì mắt chưa thấy, tai chưa nghe, và lòng chưa nghĩ đến thì Đức Chúa Trời đã dành sẵn cho những người yêu mến Ngài."

Nhưng Đức Chúa Trời đã bày tỏ những điều nầy cho chúng ta qua Thánh Linh. Vì Thánh Linh thấu suốt mọi sự, ngay cả những điều sâu nhiệm của Đức Chúa Trời. Ai biết được tư tưởng của con người, nếu không phải là tâm linh ở trong chính người ấy? Cũng vậy, không ai có thể biết được ý tưởng của Đức Chúa Trời, ngoài Thánh Linh của Đức Chúa Trời. Nhưng, chúng ta không nhận lấy linh của thế gian mà là Thánh Linh từ Đức Chúa Trời, để có thể hiểu được những ân tứ Đức Chúa Trời ban cho chúng ta.

1 Cô-rinh-tô 2:7-12

Tất cả điều đó có nghĩa gì? Chúa Jesus sẽ đến vì những ai yêu mến Ngài. Sự Cất Lên là có thật, bạn và tôi cần chắc chắn rằng chúng ta biết *Làm sao để Sẵn sàng cho Sự Cất Lên*.

CHƯƠNG 18

THUẬT NGỮ ĐƯỢC DÙNG LIÊN QUAN ĐẾN SỰ CẤT LÊN

Không chỗ nào trong Lời Chúa chỉ định rằng tất cả các thuật ngữ được dùng để mô tả Sự Cất Lên phải xảy ra trong vòng chưa đầy một giây. Tôi tin rằng các thuật ngữ được sử dụng để mô tả Sự Cất Lên là sự mô tả các sự kiện sẽ diễn ra trong "Kỳ định/Ngày của Chúa."

Như bạn có thể biết, từ *cất lên* không xuất hiện trong Kinh Thánh. Tuy nhiên, có năm thuật ngữ được sử dụng trong Tân Ước liên quan đến sự Sự Cất Lên. họ đang:

Sự hiện đến của Ngài

Được đem đi

Sự tập hợp

Sự thay đổi/ biến đổi

Được cất lên không trung

153

Những từ ngữ đó thì hoàn toàn khác với những từ ngữ khác và không nhất thiết phải xảy ra cùng một lúc. Chúng ta hãy xem Lời Chúa nói gì về việc sử dụng từng từ ngữ này:

1. Sự hiện đến của Ngài

Vì như chớp phát ra từ phương đông, lóe sáng đến phương tây thể nào, thì Con Người cũng sẽ đến thể ấy.   Ma-thi-ơ 24:27

Từ điều này, chúng ta biết rằng sự đến của Đấng Christ sẽ giống như sự sáng rọi, đột ngột, không báo trước, mà chúng ta không thể biết chính xác khi nào hoặc nơi nào.

Như trong thời Nô-ê thể nào thì lúc Con Người đến cũng thể ấy... .
Họ không biết gì hết cho tới khi nước lụt đến và cuốn đi tất cả. Khi Con Người đến cũng sẽ như vậy.
                                                    Ma-thi-ơ 24:37 và 39

Vào thời Nô-ê, Đức Chúa Trời đột ngột đóng cửa con tàu, nhưng không có sự biến mất đột ngột của chính con tàu.

2. Được đem đi/cất đi

Ta phán với các con, trong đêm đó, hai người nằm chung giường: một sẽ được đem đi, một bị bỏ lại. Hai người nữ đang xay cối: một sẽ được đem đi, một bị bỏ lại. Hai người nam đang ở ngoài đồng, một sẽ được đem đi, còn một bị bỏ lại.   Lu-ca 17:34-36

Theo cuốn Phụ lục học Kinh Thánh bản Strong's Concordance từ Hy Lạp được sử dụng ở đây là paralambano. Nó có số chỉ định của *Strong's* là G3880. Từ này được định nghĩa như sau: "1.) để đem đi, để đem đi với chính ai đó, để tham dự với chính ai đó một cộng sự, một người đồng hành." Một số người đã định nghĩa từ này có nghĩa là "được thu hút về phía một người theo cách yêu thương."

Thật đáng kinh ngạc, trong Giăng 14:3, từ nhận được dịch từ cùng một từ Hy Lạp này — *paralamba*no! Hãy chú ý đến từ ngữ chính xác và bạn sẽ hiểu rõ hơn về một từ mô tả một phần của Sự Cất Lên.

Khi Ta đi và đã chuẩn bị chỗ cho các con rồi, Ta sẽ trở lại đem các con đi với Ta, để Ta ở đâu thì các con cũng ở đó.   Giăng 14:3

3. SỰ TẬP HỢP

Thưa anh em, về sự quang lâm của Chúa chúng ta là Đức Chúa Jêsus Christ, và về cuộc hội ngộ giữa chúng ta với Ngài...   2 Tê-sa-lô-ni-ca 2:1

Có vẻ như việc Chúa *đến* và sự *nhóm* lại với Ngài rất có thể là hai sự kiện có liên quan mật thiết, nhưng riêng biệt. Từ tập *hợp/nhóm lại* này được dịch từ tiếng Hy Lạp *episynagoge. Điều* này được thể hiện trong cuốn *Strong's Concordance* số thứ tự 1997. Nó chỉ được dịch sang tiếng Anh hai lần: một lần là *tập hợp lại với nhau* và lần kia là nhóm lại với nhau, như được tìm thấy trong sách Hê-bơ-rơ:

Chớ bỏ sự nhóm lại như mấy kẻ quen làm, nhưng phải khuyên bảo nhau; nếu anh em thấy ngày của Chúa càng gần chừng nào thì càng phải làm như vậy chừng nấy.   Hê-bơ-rơ 10:25

Tôi thấy khá thú vị khi từ *synagogue* lại có trong từ tiếng Hê-bơ-rơ này. Đối với tôi, điều này làm cho định nghĩa rất rõ ràng. Cuốn *Strong's* định nghĩa từ này là "1.) sự tập hợp lại với nhau tại một nơi 2.) sự (tôn giáo) nhóm lại (của những Cơ đốc nhân)."

4. Sự BIẾN HÓA

Nầy, tôi tỏ cho anh em một sự mầu nhiệm: Chúng ta sẽ không ngủ hết, nhưng tất cả sẽ được biến hóa trong khoảnh khắc, trong nháy mắt, vào lúc tiếng kèn cuối cùng. Vì kèn sẽ thổi, người chết sẽ sống lại, không còn hư nát nữa, và chúng ta sẽ được biến hóa. Vì bản chất hay hư nát nầy phải mặc lấy bản chất không hay hư nát; bản chất hay chết nầy phải mặc lấy bản chất không hay chết. 1 Cô-rinh-tô 15:51-53

Từ *được biến hóa* này được dịch từ tiếng Hy Lạp *allasso*. Trong *Strong's*, nó được đặt ở số 236 và có định nghĩa "tạo sự khác biệt: thay đổi." Điều này nói về những người đang sống khi Đấng Christ trở lại.

Phao-lô viết rằng những người chết trong Đấng Christ sẽ được sống lại trước, và sau đó những tín đồ còn sống khi Đấng Christ trở lại sẽ được biến đổi:

Vì khi có hiệu lệnh ban ra, với tiếng gọi của thiên sứ trưởng, cùng tiếng kèn của Đức Chúa Trời thì chính Chúa từ trên trời sẽ giáng lâm. Bấy giờ, những người chết trong Đấng Christ sẽ sống lại trước tiên. Kế đến, chúng ta là người đang sống mà còn ở lại sẽ cùng được cất lên với những người ấy trong đám mây để gặp Chúa tại không trung, và chúng ta sẽ ở với Chúa mãi mãi. 1 Tê-sa-lô-ni-ca 4:16-17

157

Nếu những người chết trong Đấng Christ sống lại trước, và sau đó những người còn sống bị bắt lại, thì những sự kiện này không nhất thiết xảy ra cùng một lúc, trong một khoảnh khắc!

5. Được cất lên không trung

Kế đến, chúng ta là người đang sống mà còn ở lại sẽ cùng được cất lên với những người ấy trong đám mây để gặp Chúa tại không trung, và chúng ta sẽ ở với Chúa mãi mãi.   1 Tê-sa-lô-ni-ca 4:17

Từ được dịch *cất lên* là từ tiếng Hy Lạp *harpazo*. Trong *Strong's*, nó được chỉ định ở số 726 và có định nghĩa "để nắm lấy (trong các ứng dụng khác nhau): bắt (đi, lên) nhổ, kéo, lấy (bằng lực)." Tôi tin rằng chúng ta nhận được từ tiếng Anh *harpoon* từ từ này, vì nó mô tả chính hành động mà từ Hy Lạp ngụ ý. Đây là từ được dùng để mô tả việc "cất đi" Phi-líp sau khi ông làm báp têm cho viên hoạn quan trong nước trong Công vụ 8:39. Sứ đồ Phao-lô cũng dùng từ này trong 2 Cô-rinh-tô 12: 2 và 4 khi mô tả việc ông bị "cất lên" vào Thiên đàng tầng thứ ba. Kinh nghiệm của ông sâu nhiệm đến nỗi ông không thể biết được mình đang ở trong cơ thể hay ngoài cơ thể của mình.

Tóm lại, không thể có sự nghi ngờ nào. Kinh thánh dạy về Sự Cất Lên. Dù chúng ta chọn gọi nó là gì, điều quan trọng là chúng ta được đảm bảo về *Làm sao để Sẵn sàng cho Sự Cất Lên*.

CHƯƠNG 19

ĐIỀU CHÚA JESUS DẠY DỖ LIÊN QUAN ĐẾN SỰ CẤT LÊN

Trong Lu-ca 17, Chúa Jesus đã nói nhiều điều đặc biệt liên quan đến Sự sụp đổ của Giáo hội. Tôi muốn bắt đầu bằng câu 26.

Trong thời Nô-ê thể nào thì trong ngày Con Người cũng thể ấy.   Lu-ca 17:26

Tôi sẽ chỉ tóm tắt ở đây những điều chính mà câu này nói đến, vì phần đầu tiên của cuốn sách đi vào chi tiết đáng kinh ngạc liên quan đến những ngày của Nô-ê từ Sáng thế ký 6. Tôi muốn diễn giải những gì Chúa Jesus đã nói ở đây trong Lu-ca 17:26-27:

Trong thời Nô-ê thể nào thì trong ngày Con Người cũng thể ấy: Người ta ăn uống, cưới gả, cho đến ngày Nô-ê vào tàu, rồi nước lụt tràn đến hủy diệt tất cả.

Sáng thế ký 6 nói rằng có những người khổng lồ trên đất vào thời đó bởi vì các thiên sứ sa ngã đã kết hôn với loài người. Do đó, DNA của những người nam và nữ này đã bị ô uế.

Như đã nói trước đó trong sách này, điều này xảy ra do những gì Đức Chúa Trời phán trong Sáng thế ký 3:15. Người nam và người nữ đã bị Sa-tan lừa dối và phạm tội không vâng lời. Vì vậy, Đức Chúa Trời phán, Dòng Dõi người nữ sẽ giày đạp đầu của Sa-tan. Ngay lập tức, Sa-tan bắt đầu tìm cách tiêu diệt Dòng Dõi người nữ bằng cách trộn Dòng dõi của các thiên sứ sa ngã với loài người, để Lời Chúa không thể ứng nghiệm.

Đến Sáng thế ký 6, chỉ ba chương sau khi Đức Chúa Trời tiên tri sự hủy diệt của Sa-tan, kẻ thù đã làm ô uế phần lớn DNA của nhân loại. Như tôi đã trình bày, đây là sự khởi đầu cuộc chiến của các thời đại, một nỗ lực nhằm xáo trộn DNA của loài người và do đó, bảo vệ Sa-tan khỏi sự trừng phạt đời đời.

Bạn có thể nhớ rằng Nô-ê được Đức Chúa Trời chọn để bảo tồn loài người. DNA của ông hoàn toàn thuần khiết về dòng dõi A-đam. Không phải ông ấy quá thánh thiện, mà là DNA của ông ấy không bị các thiên sứ sa ngã làm vấy bẩn.

Chúa Jesus đã đến để cứu chuộc loài người. Ngài đã không (và hiện không phải) là một tạo vật vừa là người vừa là thiên sứ. Ngài là Con Đức Chúa Trời hoàn hảo, không tội lỗi. Kinh thánh được viết ra để kể câu chuyện về sự cứu chuộc của nhân loại, loài người được tạo ra theo hình ảnh của Đức Chúa Trời và giống như Ngài.

Khi Chúa Jesus trở lại để cất lên ơn cứu chuộc nhân loại, đó sẽ là lúc DNA của nhân loại lại bị giả mạo. Giống như thời của Nô-ê, ngày nay các nhà khoa học đang giả mạo DNA của chúng ta một lần nữa. Ai có thể phủ nhận rằng chúng ta đang sống trong những ngày mà DNA của chúng ta đang được nghiên cứu để có thể tích hợp trí tuệ nhân tạo với cơ thể con người?

Chúa Jesus cảnh báo, *"Trong thời Nô-ê thể nào,"* *"Thời Lót cũng vậy,"* và *"Hãy nhớ lại vợ của Lót:"*

Trong thời Nô-ê thể nào thì trong ngày Con Người cũng thể ấy: Người ta ăn uống, cưới gả, cho đến ngày Nô-ê vào tàu, rồi nước lụt tràn đến hủy diệt tất cả.

Thời Lót cũng vậy, người ta ăn uống, mua bán, trồng tỉa, xây dựng. Nhưng đến ngày Lót ra khỏi Sô-đôm thì trời mưa lửa và diêm sinh, hủy diệt tất cả.

Ngày Con Người hiện ra cũng như vậy. Trong ngày đó, ai ở trên mái nhà mà có của cải trong nhà thì đừng xuống lấy. Cũng vậy, ai ở ngoài đồng thì đừng trở về nhà. Hãy nhớ lại vợ của Lót.

Ai tìm cách cứu mạng sống mình thì sẽ mất, còn ai mất mạng sống mình thì sẽ được lại. Ta phán với các con, trong đêm đó, hai người nằm chung giường: một sẽ được đem đi, một bị bỏ lại. Hai người nữ đang xay cối: một sẽ được đem đi, một bị bỏ lại. Hai người nam đang ở ngoài đồng, một sẽ được đem đi, còn một bị bỏ lại. Các môn đồ thưa với Ngài: "Thưa Chúa, điều ấy sẽ xảy ra tại đâu?" Ngài đáp: "Xác chết ở đâu, kên kên sẽ bâu lại đó." Lu-ca 17:26-37

Trong những câu này, chúng ta được nhắc về Lót và gia đình ông. Nếu bạn nhớ lại, các thiên sứ đã được Đức Chúa Trời phái đến để giải cứu Lót và gia đình ông khỏi Sô-đôm. Vấn đề là mặc dù họ cảm thấy bực tức vì tội lỗi của thành phố đó, nhưng họ không thực sự muốn rời khỏi nó. Lót đã thỏa hiệp đến nỗi ông thậm chí đã dâng các con gái của mình cho những kẻ biến thái của Sô-đôm để bảo vệ các thiên sứ. Và nó là như thế ngày hôm nay. Ngay cả những Cơ Đốc Nhân cũng bị thỏa hiệp và bất mãn bởi những thú vui tội lỗi trong thời đại chúng ta.

Tôi tin rằng rất có thể các thiên sứ sẽ được Chúa gửi đến để thông báo rằng họ sẽ đưa chúng ta đến một nơi Sự Cất Lên để đưa chúng ta ra khỏi thế gian này trước khi Kẻ chống nghịch Đấng Christ tiếp quản chính phủ một thế giới của hắn. Tuy nhiên, đa số Cơ Đốc Nhân có thể rất kháng cự lại khoảnh khắc giải thoát của họ bởi vì họ đã được dạy rằng khi Sự Cất Lến xảy ra, họ sẽ chỉ "lết" ra khỏi đây. Ô tô sẽ va chạm, máy bay sẽ rơi khỏi bầu trời, và sự hỗn loạn và lộn xộn sẽ là thứ tự trong ngày. Nhưng Chúa không phải là tác giả của sự lộn xộn. Mọi việc Chúa làm sẽ đàng hoàng và trong trật tự.

Hãy xem xét những gì Chúa Jesus đã dạy ở đây về

Lót và gia đình của ông. Nếu những người theo đạo Cơ đốc chỉ định "chui" ra khỏi Trái đất, thì Chúa Jesus đã không nói trong câu 31: *"Trong ngày đó, ai ở trên mái nhà mà có của cải trong nhà thì đừng xuống lấy. Cũng vậy, ai ở ngoài đồng thì đừng trở về nhà,"* và, trong câu 32, *"Hãy nhớ lại vợ của Lót!"*

BOOM!

Lu-ca 17: 31-32 nói rõ rằng sự kiện này không xảy ra tức thời, nếu không Chúa Jesus sẽ không bảo chúng ta so sánh sự kiện này với kinh nghiệm của Lót. Phải mất thời gian để các thiên sứ đưa gia đình Lót ra khỏi Sô-đôm. Ngay cả khi vợ của Lót được đưa ra khỏi Sô-đôm, bà vẫn có thời gian để suy nghĩ về điều đó, và thật không may, bà đã không đến được nơi an toàn. Bà quay nhìn lại và đánh mất khoảnh khắc giải cứu của mình. Lời cảnh báo là thế này: nếu chúng ta đang ở trên mái với đồ đạc trong nhà, chúng ta không nên xuống lấy nó. Kẻ nào ở ngoài đồng, cũng vậy không trở về nữa. Hàm ý ở đây là đừng quay lại nhà để lấy "đồ đạc" của bạn.

Sự Cất Lên sẽ không phải là một cuộc dạo chơi dễ dàng, nhưng nó thực sự có thể là thử thách lớn nhất đối với đức tin của chúng ta. Khi bạn đọc Hê-bơ-rơ 11, thường được gọi là chương sách về đức tin, bạn sẽ thấy rõ ràng rằng mọi việc được thực hiện trong Cựu ước đều được thực hiện "bởi đức tin," chẳng hạn:

Bởi đức tin, Hê-nóc được cất lên.   Hê-bơ-rơ 11:5

Không có đức tin thì không thể nào làm hài lòng Đức Chúa Trời.   Hê-bơ-rơ 11:6

Mọi sự Chúa đều yêu cầu đức tin. Chúa Jesus phán:

Ai tìm cách cứu mạng sống mình thì sẽ mất, còn ai mất mạng sống mình thì sẽ được lại.   Lu-ca 17:33

Cũng vậy, hãy cân nhắc những lời phán này của Chúa Jesus:

Ta phán với các con, trong đêm đó, hai người nằm chung giường: một sẽ được đem đi, một bị bỏ lại. Hai người nữ đang xay cối: một sẽ được đem đi, một bị bỏ lại. Hai người nam đang ở ngoài đồng, một sẽ được đem đi, còn một bị bỏ lại.   Lu-ca 17:34-36

Trong bối cảnh tương tự khi các thiên sứ đưa Lót và gia đình ông ra khỏi Sô-đôm, Chúa Jesus tiếp tục dạy rằng một người sẽ được đem đi và một người bị bỏ lại. Điều này đã thôi thúc các môn đồ hỏi Ngài một câu hỏi mà tôi chưa từng nghe bất kỳ học giả Kinh thánh nào giải đáp một cách thỏa đáng. Những môn đồ này biết rằng Ngài đang nói đến một địa điểm, vì vậy trong phần đầu tiên của câu 37, họ đã hỏi Ngài câu hỏi quan trọng nhất:

Các môn đồ thưa với Ngài: "Thưa Chúa, điều ấy sẽ xảy ra tại đâu?" Ngài đáp: "Xác chết ở đâu, kên kên sẽ bâu lại đó." Lu-ca 17:37

"Thưa Chúa, điều ấy sẽ xảy ra tại đâu?" Là câu hỏi, và câu trả lời sâu nhiệm, khó hiểu và, rất bất thường. Chúa Jesus phán, *"Xác chết ở đâu, kên kên sẽ bâu lại đó."* Nhưng điều đó có nghĩa là gì?

Từ *xác chết* được dịch ra từ tiếng Hy Lạp từ soma (theo *Strong's* G4983, #963; #8182; #956; #945; chuyển ngữ, danh từ riêng, từ gốc (từ nguyên học) từ #963; #8180; #950; #969; G4982). Định nghĩa là "thân thể của con người và động vật, một xác chết hay tử thi."

BOOM!

Chúa Jesus nói rằng nơi họ được đem đi là nơi có xác chết. Tôi chỉ có thể kết luận rằng tại địa điểm Sự Cất Lên sẽ có những xác chết bởi vì tất cả những ai cố gắng thêm mình vào sự kiện Sự Cất Lên sẽ bị giết ngay tại chỗ. Tôi tin rằng Kẻ chống nghịch Đấng Christ, kẻ sẽ nhanh chóng lên nắm quyền trực tiếp sau sự kiện Sự Cất Lên này, sẽ giải thích cho thế giới rằng vô số xác chết được tìm thấy ở hàng ngàn nhà thờ. Hắn sẽ giải thích nguyên nhân tất cả những cái chết bằng cách nói rằng đây hẳn là những người theo tôn giáo cực đoan đã tự sát.

Báo chí sẽ không cho phép bàn luận nhiều về những người mất tích đã được đem đi trong Sự Cất Lên, vì họ sẽ coi thế giới sẽ tốt hơn khi không có họ. Rốt cuộc, họ phản đối xã hội một thế giới. Do đó, họ bị coi là ích kỷ và phân biệt chủng tộc.

Báo chí cũng sẽ viết về những vụ mất tích của rất nhiều người bằng cách nói rằng họ có thể bị người ngoài hành tinh bắt cóc bởi những UFO đã được nhìn thấy rất nhiều trong những năm gần đây. Các cuộc gặp gỡ của thiên sứ sa ngã cũng sẽ được báo cáo khi thời gian đến gần hơn bởi vì Sa-tan sẽ tuyệt vọng để gieo rắc rối vào tấm lòng của cả nhân loại. Hãy nhớ những gì Lời Chúa phán:

Và nếu có thể, chúng dối gạt cả những người được chọn. Ma-thi-ơ 24:24

Giống như việc vợ của Lót được đưa ra khỏi thành Sô-đôm để được giải thoát khỏi sự hủy diệt sắp đến, nhưng đã chết và trở thành một tượng muối, thì có lẽ nào vào ngày Sự Cất Lên, có nhiều người, những người có thể đã được cứu, sẽ trở nên nửa nóng nửa lạnh và yêu thế gian hơn yêu Chúa và từ chối Sự Cất Lên? Hàm ý rất rõ ràng.

Chúa Jesus cũng đã phán:

Không phải bất cứ ai nói với Ta: 'Lạy Chúa, lạy Chúa', đều được vào vương quốc thiên đàng đâu; nhưng chỉ người nào làm theo ý muốn của Cha Ta ở trên trời mà thôi. Ma-thi-ơ 7:21

Ồ! Có những Cơ Đốc Nhân sẽ bị bỏ lại trong Sự Cất Lên vì họ không có mong muốn đi với Chúa Jesus. Đó là một lời cảnh tỉnh, không phải vậy sao? Sự Cất Lên là có thật, bạn và tôi phải sẵn sàng cho điều đó. Hãy làm bất cứ điều gì cần thiết để học cách *Làm sao để Sẵn sàng cho Sự Cất Lên.*

CHƯƠNG 20

PHẦN CUỐI CỦA CUỐN SÁCH LẶP LẠI

Đây là chương cuối cùng của cuốn sách. Tôi đã lặp lại nó ở phần đầu để có hiệu lực. Tôi quả quyết rằng nếu bạn đã đọc toàn bộ cuốn sách, bây giờ bạn sẽ hoàn toàn hiểu được chương cuối cùng này. Đây chỉ là một kịch bản về cách các sự kiện của Sự Cất Lên *có thể* diễn ra. Kịch bản bao gồm sự kiện vĩ đại nhất mọi thời đại và bao gồm các khái niệm chính mà các Cơ Đốc Nhân ở khắp mọi nơi đã đề cập và tin tưởng liên quan đến Sự Cất Lên của Hội Thánh. Xuyên suốt Kinh thánh, bạn đã thấy rằng sự kiện Sự Cất Lên này được gọi là *"Ngày của Chúa."*

Tôi cầu nguyện rằng việc đọc cuốn sách cho đến nay là phước hạnh cho bạn và sẽ khiến đức tin dấy lên trong tấm lòng bạn, đức tin rằng Sự Cất Lên là có thật. Quan trọng nhất, tôi cầu nguyện rằng bất kể Sự Cất Lên diễn ra như thế nào, bạn sẽ sẵn sàng cho sự kiện này và không bị bỏ lại phía sau!

Bây giờ, một lần nữa, đây là cách kịch bản của chúng tôi diễn ra:

Một người đàn ông và vợ anh ta đang ở trong nhà của họ. Đó là một ngày bình thường, trong thời điểm mà cả thế giới đang phải chịu nhiều áp lực và thay đổi lớn. Tình trạng hỗn loạn và bất ổn đang phổ biến trên khắp thế giới. Sinh hoạt hàng ngày gặp nhiều khó khăn vì thiếu thốn và túng quẫn. Đã có những biến động trên toàn cầu. Các chính trị gia dường như không có khả năng tạo hòa bình giữa các quốc gia. Các quốc gia lớn trên thế giới đã suy giảm ảnh hưởng. Các nền kinh tế trên thế giới đang rối loạn. Các cuộc trao đổi hạt nhân mới nhất giữa các quốc gia hùng mạnh nhất trên Trái đất, mặc dù bị giới hạn về phạm vi, đã làm rõ ràng rằng "hòa bình thông qua sức mạnh" không còn có thể hoạt động được nữa. Mọi người trên toàn thế giới và các tổ chức tin tức trên thế giới dường như bị tập trung vào một và chỉ một vấn đề: Ai có thể tạo ra hòa bình? Phải chăng không có *ai đó* có thể mang lại hòa bình cho thế giới?

Có rất nhiều lời bàn tán về một chính trị gia Trung Đông dường như có một thông điệp có thể xoa dịu tất cả các nhóm lãnh đạo tôn giáo, đặc biệt là người Hồi giáo và người Do Thái. Ông là một người quyền lực và có sức hút, và các nhà lãnh đạo tôn giáo đã tuyên bố rằng họ sẽ đặt ảnh hưởng của họ sau lưng ông để hòa bình có thể lập lại một lần nữa trên Đất.

Người vợ nói:

"Khi tôi bước vào phòng nơi chồng tôi đang xem tin tức, tôi suy ngẫm về những điều này và nghĩ rằng mới Chủ nhật tuần trước tôi vừa nghe một bài giảng về việc cầu nguyện rằng Chúa sẽ *đến nhanh chóng.'* Trong khi trầm ngâm về điều này, tôi đã nghe thấy một âm thanh rất lớn phát ra từ bên ngoài nhà tôi. Nó giống như một tiếng còi lớn có thể là một hệ thống báo động mới mà thành phố có thể đã lắp đặt để cảnh báo chúng tôi về các vấn đề xảy ra với các nhà máy hóa chất địa phương ở phía bên kia thị trấn. Tôi nói với chồng tôi: 'Anh ơi, tiếng còi kêu inh ỏi đó là gì mà em nghe thấy chói tai bên ngoài vậy?' Tôi bối rối thì anh trả lời: 'Anh không nghe thấy âm thanh lớn nào. Em đang nói về cái gì vậy? '

"Tôi chưa kịp trả lời chồng thì một người đàn ông đột ngột xuất hiện trong phòng trước mặt tôi. Tôi choáng ngợp khi biết rằng ông ấy là một thiên sứ. Tôi bối rối trong tâm trí, khi ông chào tôi bằng tên của tôi. Thật ngạc nhiên, chồng tôi dường như không thể nhìn thấy ông ấy. Người xuất hiện trước mặt tôi này bắt đầu nói, 'Đừng sợ. Tôi đến để đưa cô đến một nhà thờ nhất định nơi Sự Cất Lên sẽ diễn ra. '

"Lúc đó tôi mới nhớ rằng Kinh thánh nói rằng *hãy thử các linh* để xem họ có phải là đến từ Chúa hay không. Tôi thốt lên: 'Có phải Chúa Jesus Christ đã đến bằng xương bằng thịt không?' Ngay lúc tôi đang nghe tiếng thiên sứ đáp lại, tôi nghe chồng tôi hỏi: 'Em đang nói chuyện với ai vậy, em yêu? Em bị mất trí à?' Có vẻ như chồng tôi đang ở đằng xa, nhưng tôi nghe thấy rõ thiên sứ nói, 'Tất nhiên, Chúa Jesus Christ đã đến bằng xương bằng thịt. Nào, đi thôi!'

"Vào lúc đó, tôi nhớ mình đã nghe về một mục sư từ Bờ Đông Hoa Kỳ nói về việc Sự Cất Lên luôn được gọi là 'Ngày của Chúa', không phải là 'một cuộc phiêu lưu ra khỏi Trái đất.' Tôi cũng nhớ vị mục sư nói rằng Chúa Jêsus đã cảnh báo chúng ta, *Hãy nhớ đến vợ của Lót*' và rằng sự kiện Sự Cất Lên có thể là thử thách lớn nhất đối với đức tin của một người. Ông nói rằng các thiên sứ đến và đưa gia đình của Lót, bao gồm cả vợ ông, ra khỏi thành phố Sô-đôm. Tôi nhớ rằng mục sư cũng đã nói rằng Chúa Jesus đã phán: *ai ở ngoài đồng thì đừng trở về nhà.*' Mục sư cũng nói, 'Khi thiên sứ đến để đưa bạn đến nơi Sự Cất Lên, bạn không nên do dự. Bạn cũng không nên trì hoãn việc đi cùng thiên sứ vì bạn có thể muốn kiểm tra con mình để đảm bảo chúng được cứu. Nếu bạn trì hoãn, thiên sứ sẽ nói, 'Hãy làm theo ý muốn của ngươi; ta phải đi ngay bây giờ.'

"'Tôi quay sang chồng tôi và nói với anh ấy,' Một thiên sứ đã xuất hiện trong phòng và nói với em rằng em phải đi cùng ông ấy ngay bây giờ đến một nhà thờ địa phương nào đó vì Sự Cất Lên đang diễn ra.' Phản hồi của chồng tôi là 'Anh cấm em đi với bất cứ ai mà em nói đã xuất hiện trước mặt em!'

"Một lần nữa, tôi nhớ lại bài giảng của mục sư,

trong đó ông ấy nói rằng Sự Cất Lên có thể là thử thách lớn nhất đối với đức tin của Cơ Đốc Nhân. Ông đã nhấn mạnh Lu-ca 17, trong đó nói rằng, *'ai ở trên mái nhà mà có của cải trong nhà thì đừng xuống lấy. Cũng vậy, ai ở ngoài đồng thì đừng trở về nhà. Một sẽ được đem đi, một bị bỏ lại.'* Ông nói, 'Vào ngày Sự Cất Lên, đừng trì hoãn để cố gắng kiểm tra con cái hoặc những người thân yêu của mình. Đi ngay lập tức với thiên sứ của Chúa! Đừng để bất cứ điều gì cản trở bạn.' Ông đã nói về nơi Lu-ca 17 nói, *'Hãy nhớ lại vợ của Lót.'*

"Khi tôi đi qua cửa với thiên sứ, tôi thốt lên với chồng tôi, 'Em đã là một người vợ tốt với anh trong suốt những năm qua, nhưng lần này em phải ra đi vì em sẽ không bỏ lỡ Sự Cất Lên.' Trong một khoảnh khắc thoáng qua, tôi nghĩ rằng chồng tôi sẽ cố gắng theo tôi đến nhà thờ nơi thiên sứ đang đưa tôi đi.

"Khi tôi đang bước ra khỏi hiên nhà của mình, một điều đáng kinh ngạc đã xảy ra. Nó như thể linh và hồn của tôi đang ở trong tình trạng quá tải. Tâm trí tôi dường như được mở ra, và tôi có thể xử lý rõ ràng các chi tiết nhanh hơn tốc độ ánh sáng. Tôi đã được đem đi, và ngay lập tức thiên sứ và tôi có mặt ở hội thánh cách đó hơn năm dặm. Tôi bối rối vì rằng, trong một tích tắc của giây, tôi đã đi được hơn năm dặm.

"Từ trên hội thánh đi xuống lối vào, tôi nhìn thấy có vẻ là những người nằm trên mặt đất như thể họ đã chết. Trông không giống tôi, nhưng tôi không sợ. Tôi hoàn toàn bình an rằng đây đều là một phần của

Sự Cất Lên. Trong lòng tràn đầy tự tin, nhưng vẫn bị choáng ngợp bởi khả năng mới tìm thấy của mình trong việc xử lý độ lớn của thông tin trong micro giây, tôi thấy mình ở lối vào của hội thánh.

"Khi bước vào bên trong hội thánh, tôi thấy hơn một nghìn người đang ngồi ở đó. Ở phía trước của nhà thờ lớn này, tôi nhìn thấy thứ mà tôi theo bản năng biết là một thiên sứ to lớn ăn mặc như một người đàn ông. Anh ấy đang đứng sau bục với một cuốn sách lớn trước mặt. Tôi nhận ra cuộc trò chuyện mà thiên sứ phụ trách đang nói chuyện với một người đàn ông ngồi chỉ vài hàng sau tôi. Tôi nghe thiên sứ nói: 'Tại sao ông lại ở đây mà không mặc áo choàng công bình?' Người đàn ông không trả lời trong một khoảng thời gian. Anh dường như không nói nên lời. Đoạn, vị thiên sứ phụ trách nói với những người mở ra rằng: Hãy trói tay chân người ấy lại, đem người ấy đi, và quăng vào bóng tối bên ngoài; sẽ có tiếng khóc và nghiến răng. Bằng cách nào đó, không biết làm thế nào, tôi biết tài liệu tham khảo là từ Ma-thi-ơ 22:1-14, là Dụ ngôn về Tiệc cưới. Lúc đó tôi mới hiểu một số thi thể bên ngoài đến từ đâu và những người nằm đó thực sự đã chết.

"Tôi nhớ lại lời mục sư giảng về điều Chúa Jesus đã phán, *'Một sẽ được đem đi, một bị bỏ lại.'* Các môn đồ hỏi Ngài trong Lu-ca 17:37, *'Thưa Chúa, điều ấy sẽ xảy ra tại đâu?'* Câu trả lời của Ngài gần như chưa bao giờ được thông hiểu hay nhắc đến bởi các mục sư cả. Chúa Jesus đáp, *'Xác chết ở đâu, kên kên sẽ bâu lại đó.'* Một cách lạ thường, tôi đã hiểu hoàn toàn lời đáp này, và tôi trở nên thức tỉnh rằng, trong khi Sự Cất Lên diễn ra, nhiều người sẽ nghe lóm được về điều đang xảy ra và tìm cách để tự đưa mình vào sự kiện dù không được mời. Sự xét đoán của Đức Chúa Trời sẽ giáng trên họ, và họ sẽ bị giết ngay tại chỗ.

"Lúc đó tôi thấy mục sư của nhà thờ đi qua cửa hông. Ông hỏi thiên sứ phụ trách, 'Chuyện gì đang xảy ra vậy?' Thiên sứ điềm tĩnh, nhưng nghiêm khắc nói với mục sư rằng ông nên ngồi xuống, vì Sự Cất Lên đang diễn ra. Mục sư có vẻ hoang mang. Ông hỏi thiên sứ điều gì đã cho thiên sứ quyền tiếp quản nhà thờ này? Vị thiên sứ phụ trách chỉ đơn giản thông báo với mục sư rằng vào ngày 8 tháng 5 năm 1958, các thành viên của hội thánh, cùng với mục sư vào thời điểm đó, đã dâng tài sản và các tòa nhà cho Chúa Jesus Christ. Thiên sứ giải thích rằng chính Chúa hiện đã cho phép nơi này là một trong nhiều địa điểm sẽ được sử dụng làm địa điểm cho Sự Cất Lên. Mọi chuyện đã ổn thỏa, thiên sứ phụ trách tiếp tục.

"Tôi ngạc nhiên ngồi đó khi thiên sứ gọi từng người ngồi trong khán phòng ra. Sau đó, tôi thấy thiên sứ chỉ vào tôi, và tôi nghe ông hỏi, 'Tên cô là gì?' Sợ hãi và run rẩy, tôi trả lời ông và cho ông biết tên tôi. Ngay lập tức, những chiếc lá của cuốn sách trước mặt ông bắt đầu lật ra, như thể bởi những bàn tay vô hình. Thiên sứ nói với một giọng mạnh mẽ có thể nghe thấy khắp khán phòng. Nó nghe như thể nó đã được khuếch đại,

175

nhưng hệ thống âm thanh chưa hề được bật. Ông trả lời tôi, 'Vâng, tên của bạn có trong quyển sách. Hãy tiến lên các bậc thang để đến bục giảng. Được bao bọc trong sự hiện diện kỳ diệu của Chúa, tôi đến gần thiên sứ. Khi tôi bước lên những bậc thang lên đến đỉnh của bục tòa giảng, tôi nhận thấy rằng từng thớ thịt của tôi đã bắt đầu rung động. Khi tôi lên đến đỉnh của các bậc thang, thiên sứ nâng cánh tay phải của mình lên, duỗi ra hoàn toàn và nói, "Tốt lắm! Hãy bước vào sự vui mừng của Chúa!'

"Khi tôi bước đi dưới cánh tay mở rộng của ông ấy, tôi nhận thấy rằng tôi đang đi bộ phía bên trên cách bục tòa giảng khoảng một bước chân. Một ánh sáng rực rỡ tỏa ra từ cơ thể tôi. Sau đó, tôi bị sốc, cơ thể tôi bắt đầu biến đổi trong giây lát, trong một cái chớp mắt. Quần áo của tôi rơi xuống, nhưng không thể nhìn thấy sự trần truồng của tôi. Tôi được mặc lấy sự vinh hiển của Đức Chúa Trời. Nó xảy ra quá nhanh khiến tôi không thể hiểu hết những gì đang diễn ra.

"Khi tôi nhìn lên, mặt sau của hội thánh dường như đang mở, mặc dù tôi biết nó đóng kín theo kết cấu tòa nhà. Đôi mắt siêu nhiên của tôi đã được mở ra, và tôi có thể nhìn xuyên qua bức tường. Ngoài bức tường có một cỗ xe lớn chở đầy những người, giống như tôi, đã được biến đổi. Họ đang vui mừng, khóc trong sự sung sướng và hét lớn lên những lời ca ngợi Chúa một cách vinh quang và đẹp đẽ với âm lượng mà tôi chưa từng nghe trên Đất trước đây.

"Tôi bắt đầu hòa cùng sự vui mừng với họ và chạy trên không qua bức tường phía sau đó rất nhanh, biết rằng tôi đã được một thiên sứ đưa đến nơi tập trung này. Ở đó, tôi đã được biến đổi và đang trên đường được đưa lên Thiên đàng trong một cỗ xe lộng lẫy, giống như Ê-li.

"Khi lên cỗ xe, tôi liếc sang bên phải và nhận thấy người chồng trên đất tôi là một trong những người đang nằm trên mặt đất. Chắc hẳn anh ấy đã lái xe đến hội thánh để đón tôi, nhưng ý nghĩ thoáng qua đó không thể làm chùn bước sự vui mừng của tôi. Tôi đã lên cỗ xe, và tôi sẽ về ngôi nhà đích thực của mình trên Thiên đàng, ở với Chúa của tôi."

Được rồi, bây giờ bạn đã đọc lại chương cuối cùng của cuốn sách. Tôi xin nhắc bạn rằng viễn cảnh này có thể không đúng như cách mà mọi thứ xảy ra, nhưng có một điều chắc chắn là: Ngày Chúa đến sẽ rất bất ngờ, và chúng ta phải sẵn sàng cho dù nó xảy ra như thế nào, để đảm bảo rằng chúng ta không bỏ lỡ nó. Nếu chúng ta đã định trước về cách tất cả sẽ diễn ra, chúng ta có thể kháng cự lại cách Chúa Jesus đến và bỏ lỡ sự kiện vĩ đại nhất mọi thời đại. Mục tiêu của tôi là giúp bạn hiểu về cách Sự Cất Lên có thể diễn ra và giúp bạn biết *Làm sao để Sẵn Sàng cho Sự Cất Lên!*

CHƯƠNG 21

KẾT THÚC

Kết lại, có bốn câu chuyện ngụ ngôn mà tôi muốn đề cập mà bạn có thể sử dụng để thử thách sự sẵn sàng của mình cho Sự Cất Lên. Nhiều người có thể nói rằng những dụ ngôn này không áp dụng cho việc Sự Cất Lên của Hội Thánh. Tôi tin rằng khi bạn đọc chúng và suy ngẫm về chúng, bạn sẽ thấy rất khó để đặt chúng trong bất kỳ bối cảnh nào khác ngoài Sự Cất Lên.

Câu chuyện ngụ ngôn đầu tiên được tìm thấy trong Ma-thi-ơ 22:

Nhưng khi vua vào xem khách dự tiệc, thấy một người không mặc trang phục tiệc cưới thì nói với người ấy rằng: 'Nầy bạn, làm cách nào bạn không mặc trang phục tiệc cưới mà lại vào đây được?' Người ấy lặng thinh. Vua truyền cho các đầy tớ: 'Hãy trói tay chân nó lại và ném ra chỗ bóng tối bên ngoài, nơi sẽ có khóc lóc và nghiến răng.' Ma-thi-ơ 22:11-13

Thật khó cho tôi để đặt câu chuyện ngụ ngôn này vào bất kỳ bối cảnh nào khác, ngoại trừ sự kiện Sự Cất Lên. Lý do là tôi chỉ đơn giản là không thể tin rằng ai đó sẽ lên Thiên đàng và sau đó bị đuổi khỏi Thiên đàng và bị ném xuống Địa ngục.

Dụ ngôn thứ hai được tìm thấy trong Ma-thi-ơ 25:

Người đã nhận một ta-lâng cũng đến và nói: 'Thưa chủ, tôi biết chủ là người khắt khe, gặt chỗ mình không gieo, thu chỗ mình không rải ra; nên tôi sợ và đi giấu ta-lâng của chủ ở dưới đất. Đây, xin hoàn lại cho chủ những gì của chủ.'

Nhưng chủ đáp rằng: "Hỡi đầy tớ gian ác và lười biếng kia! Có phải ngươi biết rằng ta gặt chỗ ta không gieo, và thu chỗ ta không rải ra không? Thế thì, lẽ ra ngươi phải giao bạc của ta cho những người buôn bạc, để khi ta trở về sẽ nhận cả vốn lẫn lời chứ. Vậy, hãy lấy ta-lâng khỏi tên nầy và cho người có mười ta-lâng. Vì ai có, sẽ cho thêm để họ được dư dật; nhưng ai không có, sẽ bị cất luôn cả điều họ có nữa. Còn tên đầy tớ vô ích kia, hãy ném nó ra chỗ bóng tối bên ngoài, nơi đó sẽ có khóc lóc và nghiến răng."   Ma-thi-ơ 25:24-30

BOOM!

Có phải chúng ta quá kiêu ngạo đến mức tin rằng các thiên sứ sẽ đến để đưa chúng ta vào Sự Cất Lên nếu chúng ta không sử dụng những ân tứ của mình cho Vương quốc Đức Chúa Trời? Tôi biết điều này đang đề cập đến một tài năng, hoặc sự đo lường, bạc hoặc vàng. Tuy nhiên, tôi thấy rằng tôi không muốn Chúa quay lại khi sự kết ước của tôi với Quyền Tể Trị của Ngài không phải là một trăm phần trăm mà đáng ra tôi có thể thực hiện được.

BOOM!

Dụ ngôn thứ ba được tìm thấy trong Ma-thi-ơ 24:

Vì vậy, các con cũng phải sẵn sàng, vì Con Người đến trong giờ các con không ngờ. Ai là đầy tớ trung tín và khôn ngoan, được chủ giao quản lý nhà mình để cấp phát thức ăn đúng giờ? Phước cho đầy tớ ấy, khi chủ đến thấy làm như vậy! Thật, Ta bảo các con, chủ sẽ giao cho đầy tớ ấy quản lý toàn bộ tài sản của mình. Nhưng nếu là đầy tớ gian ác, nó thầm nghĩ rằng: 'Chủ ta chưa về ngay đâu;' rồi bắt đầu đánh đập các bạn cùng làm đầy tớ như mình, và ăn uống với phường say rượu. Chủ sẽ đến trong ngày nó không ngờ, trong giờ nó không biết, trừng phạt nó nặng nề, và cho nó chịu chung số phận với những kẻ đạo đức giả ở nơi sẽ có khóc lóc và nghiến răng.

Ma-thi-ơ 24:44-51

BOOM!

Tôi chưa bao giờ muốn nói, *"Chủ ta chưa về ngay đâu."* Và tôi muốn chắc chắn rằng khi Ngài trở lại, tôi không ngược đãi các tôi tớ mình. Tôi không muốn Chúa phải trừng phạt tôi nặng nề và chỉ định phần của tôi với những kẻ giả hình, nơi có khóc lóc và nghiến răng.

Dụ ngôn thứ tư được tìm thấy trong Lu-ca 13:22-30:

Đức Chúa Jêsus đi khắp các thành, các làng, vừa dạy
dỗ vừa tiếp tục hành trình đến thành Giê-ru-sa-lem.
Có người thưa với Ngài: "Lạy Chúa, có phải chỉ có một
số ít người được cứu chăng?"
Ngài phán với họ: "Hãy nỗ lực để vào cửa hẹp, vì Ta
bảo các ngươi, nhiều người sẽ tìm cách vào đó mà vào
không được. Khi chủ nhà trỗi dậy và đóng cửa lại rồi,
các ngươi ở ngoài gõ cửa kêu rằng: 'Lạy Chúa, xin mở
cho chúng tôi!' Chủ sẽ trả lời: 'Ta không biết các ngươi
đến từ đâu.' Bấy giờ các ngươi sẽ thưa: 'Chúng tôi đã
ăn uống trước mặt Chúa, và Chúa đã dạy dỗ trong
các đường phố của chúng tôi.' Nhưng Chủ sẽ nói với
các ngươi: 'Ta không biết các ngươi đến từ đâu. Tất cả
những kẻ làm điều bất chính kia, hãy lui ra khỏi ta!'
Khi ấy, các ngươi sẽ thấy Áp-ra-ham, Y-sác, và Gia-cốp
cùng tất cả các nhà tiên tri đều ở trong vương quốc
Đức Chúa Trời, còn các ngươi sẽ bị ném ra ngoài là
nơi có khóc lóc và nghiến răng. Rồi từ đông, tây, nam,
bắc, người ta sẽ đến ngồi dự tiệc trong vương quốc Đức
Chúa Trời. Thật vậy, có những người cuối sẽ trở nên
đầu, và những người đầu sẽ trở nên cuối."

Lu-ca 13:22-30

Một môn đồ muốn biết liệu có nhiều người được
cứu hay không. Chúa Jêsus đáp lại: *"Hãy nỗ lực để sẵn*
sàng. Vì khi Chủ nhà trỗi dậy và đóng cửa lại rồi, thì đã

quá muộn rồi." (cách diễn giải của tôi). Những người không thể vào được sẽ nói rằng họ đã ăn và uống rượu trước sự hiện diện của Ngài, và Ngài đã dạy dỗ họ trên đường phố của họ. Ngài sẽ đáp trả, *"Ta không biết các ngươi đến từ đâu. Tất cả những kẻ làm điều bất chính kia."* Kết quả sẽ là: *"Nơi có khóc lóc và nghiến răng."*

BOOM!

Như tôi đã nói với các dụ ngôn khác, tôi không biết có bối cảnh nào khác phù hợp với câu Kinh thánh này ngoại trừ trong bối cảnh Sự Cất Lên. Thông điệp của Chúa chúng ta là: Hãy Sẵn sàng và Luôn Sẵn sàng!

Nếu bạn không biết chắc rằng cuộc đời của bạn đã sẵn sàng cho Sự Cất Lên, hãy hết lòng kêu cầu Chúa như tôi đã làm khi tôi mười bốn tuổi. Hãy cầu nguyện rằng, dù có chuyện gì xảy ra, Chúa cũng sẽ không để bạn xuống Địa ngục. Hãy cầu xin Chúa Jesus Christ ngự vào lòng bạn và tẩy sạch tội lỗi bạn. Hãy kết ước với Ngài rằng Chúa Jesus Christ, Con Đức Chúa Trời hằng sống, sẽ là Chúa của đời sống bạn kể từ ngày hôm nay về sau.

Hãy để tôi viết Rô-ma 10:9-10 bằng lời của riêng tôi:

Vậy nếu miệng anh em xưng Đức Chúa Jêsus là Chúa, và lòng anh em tin rằng Đức Chúa Trời đã khiến Ngài từ cõi chết sống lại thì anh em sẽ được cứu. Vì ai tin trong lòng thì được xưng công chính, ai tuyên xưng nơi miệng thì được cứu rỗi.

Bây giờ hãy công bố lớn tiếng bằng môi miệng bạn, sử dụng những từ sau: "Cảm ơn Chúa, Chúa Jesus, đã cứu linh hồn tôi! A-men!"

Cầu xin Đức Chúa Trời ban phước cho bạn với sự kết ước mới của bạn đối với Quyền Chủ Tể của Chúa Jesus Christ, và xin bạn bước đi với Đấng Christ với tất cả sự kết ước mà bạn có thể dành cho Ngài. Nếu bạn thực hiện kết ước đó, bây giờ bạn biết *Làm sao để Sẵn Sàng cho Sự Cất Lên!*

MỘT THÔNG ĐIỆP CÁ NHÂN TỪ CHARLES BENNETT
LÀM SAO ĐỂ TÔI GIỮ SỰ SẴN SÀNG CHO SỰ CẤT LÊN

Tôi nghĩ tôi nên chia sẻ với bạn cách tôi luôn sẵn sàng cho Sự Cất Lên. Cách đây nhiều năm, Chúa đã chỉ cho tôi ba điều sẽ giúp tôi suốt những ngày trên đất để không bỏ lỡ Sự Cất Lên. Chúng là:

1. **Đọc Kinh Thánh và cầu nguyện mỗi ngày.** Khi tôi đọc Kinh thánh thì Chúa có cơ hội để trò chuyện với tôi. Cầu nguyện với Chúa cho tôi một cơ hội để trò chuyện với Ngài. Chúng ta cần sự khôn ngoan từ nơi Chúa mỗi ngày, và chúng ta cần trò chuyện với Ngài mỗi ngày để luôn hiệp thông với Ngài.

2. **Đến hội thánh ít nhất mỗi tuần 1 lần.** Trước giả viết cho người Hê-bơ-rơ đã nói (theo cách nói của tôi) rằng chúng ta đừng bỏ việc nhóm các thánh đồ lại với nhau (xin xem Hê-bơ-rơ 10:25). Điều này cho tôi một cơ hội để thử thách và được

185

thử thách, để khích lệ và được khích lệ và để thông công với những người có cùng đức tin vô giá này. Nó cũng cho tôi cơ hội để khích lệ người khác và được khích lệ bởi những người yêu mến Chúa. Không ai là một ốc đảo của chính mình. Làm sao tôi có thể bày tỏ tình yêu thương của mình với Đức Chúa Trời nếu tôi không thể hiện tình yêu thương đối với người khác? Chúa Jesus nói rằng thế giới sẽ biết chúng ta là môn đồ của Ngài bởi vì chúng ta có tình yêu thương dành cho nhau (xin xem Giăng 13:35).

3. **Nộp cho Chúa phần mười của tất cả thu nhập, mỗi lần tôi có thêm thu nhập.** Đây là con đường mà Chúa đã chọn (nói theo cách của tôi):
   - Để mở cửa sổ thiên đàng/các từng trời.
   - Để tuôn đổ những ơn phước mà không có đủ chỗ chứa.
   - Để quở trách ma quỷ vì lợi ích của tôi.
   - Để đảm bảo bông trái của tôi sẽ không tự rụng trên cánh đồng trước thời điểm/thì của nó.
   - Khiến tất cả mọi người gọi tôi là người có phước (xin xem Ma-la-chi 3:10-13).

Nếu bạn sẽ vâng lời Chúa trong đời sống bạn và trung tín làm những điều tôi đã nêu ở đây, tôi tin rằng tôi sẽ gặp bạn tại nơi Sự Cất Lên. Nguyện Chúa ban ơn phước trên đời sống bạn!

LIÊN HỆ TÁC GIẢ

Bạn có thể liên hệ với Mục sư Charles Bennett theo những cách sau:

Người sáng lập / Mục sư Charles Bennett
Joy Fellowship Worship CThời kỳ
1001 Perrymont Road
Hopewell, VA 23860

E-mail: Joy-Fellowship@juno.com
Điện thoại: Số Hoa Kỳ (804) 536-5137

Địa chỉ bưu điện:
632 Cedar Level Road
Hopewell, VA 23860

www.ingramcontent.com/pod-product-compliance
Lightning Source LLC
LaVergne TN
LVHW011328080426
835513LV00006B/238